கருணை தெய்வம்

காஞ்சி மகான்

வி. ராமசுந்தரம்

சங்கர் பதிப்பகம்

15/21, டீச்சர்ஸ் கில்டு காலனி,

2வது தெரு, இராஜாஜி நகர் விரிவு,

வில்லிவாக்கம், சென்னை - 600 049

தொலைபேசி : 044 - 2650 2086 / 9444191256

email : shankar_pathippagam@yahoo.com

web : www.shankarpathippagam.com

www.bookthagam.com

கருணை தெய்வம் காஞ்சி மகான் / Karunai Deivam Kanchi Mahan

வி. ராமசுந்தரம் / V. Ramasundaram

பதிப்பு : ₹ 2022

விலை : 110/--

மொத்த பக்கங்கள் : 112

வெளியிட்டோர் : சங்கர் பதிப்பகம்,
15/21, டீச்சர்ஸ் கில்டு காலனி,
2வது தெரு, இராஜாஜி நகர் விரிவு
வில்லிவாக்கம்,
சென்னை-600 049
தொலைபேசி : 044 - 2650 2086 / 9444191256

ஒளி அச்சு : பாலா கிராஃபிக்ஸ்

முன் அட்டை : N. ரமேஷ்

அச்சிட்டோர் : எம்.கே.கிராபிக்ஸ்,
சென்னை - 600 021

என்னுரை

என் அன்னையார் திருமதி. வி. கமலம் அவர்கள் சிறுவயது முதலே அடிக்கடி மகா பெரியவாளைப் பற்றி என்னிடம் நிறைய சொல்வது உண்டு.

கடவுள் என்பவர் அன்பும், கருணையும் உடையவர் என்பது நாமறிந்த உண்மை.

ஆனால் அப்பப்டிப்பட்ட அன்பும், கருணையும், மனித நேயமும், ஒழுக்கமும், உயர் பண்பும், இறை பக்தியும் உடையவராக இப்பூவுலகில் அவதரித்த மகான் மகா பெரியவா.

இதைப் பல்வேறு நிகழ்வுகளோடு என் மனதில் ஆழமாகப் பதித்தவர் என் தாய்.

அதனாலேயே மகா பெரியவாளைப் பற்றி எழுத வேண்டும் என்ற ஆர்வம் என்னும் துளிர்த்தது.

அது இன்று பூர்த்தியாகி இருக்கிறது.

பரமாச்சாரியாரை இதயபூர்வமாக வணங்கி நமஸ்காரம் செய்தால் அனைத்தும் நல்லவையாகவே நடக்கும் என்பது என் நம்பிக்கை.

என் வாழ்வில் நான் அனுபவித்த சத்திய உண்மை.

நீங்கள் அனைவரும் மகா பெரியவாளை அப்படியே நமஸ்காரம் செய்து நல்ல வளங்களைப் பெற வேண்டும் என்ற உயரிய நோக்கில் இந்த நூலை சமர்ப்பிக்கின்றேன்.

வி. ராமசுந்தரம்
Email : venkatraman.ramasundaram@gmail.com

பதிப்புரை

காஞ்சிப் பெரியவர் நூறாண்டுகள் வரை இந்த மண்ணில் வாழ்ந்த மகான்.

எளிமையின் இலக்கணம்.

அன்பின் பிம்பம்.

கருணையின் நாயகன்.

வறியவருக்கு உதவும் பெரு உள்ளம்.

தூய்மையின் உச்சம்.

இன்னும் எவ்வளவோ இதேபோல சொல்லிக் கொண்டே போகும் அளவிற்கு கடவுளுக்கு நிகரானவர் காஞ்சி பரமாச்சாரியார்.

பாதயாத்திரையாகவே பாரதத்தின் பல்வேறு தலங்களுக்கும் சென்று இந்து மதத்தினை வளர்த்த மகான்.

வாழ்நாளில் பலரது வாழ்வில் ஒளி விளக்கேற்றி வைத்த மகா பெரியவா.

உதவி கேட்கத் தயங்கி நின்ற பக்தர்கள் பலருக்கும் அருளிய அவரது கருணை உள்ளத்திற்கு ஈடேதும் கிடையவே கிடையாது.

கண்கண்ட தெய்வமாக விளங்கிய மகா பெரியவாளைப் பற்றிய இந்த நூலை வெளியிடுவதில் நாங்கள் உள்ளபடியே பெரு மகிழ்ச்சியும், நிறைவும் அடைகிறோம்.

பதிப்பாளர்

உள்ளே...

என் வாழ்வின் விடியல்

என் உயர்வின் உறுதுணை

என் உடல், உயிர் அனைத்திலும்
நிலைத்து நிறைந்து கிடப்பவர்.

என் உயிர்த் துணைவியார்

மறைந்த

R. பானுமதிக்கு

இந்நூல் சமர்ப்பணம்

1 மகா பெரியவா

பக்த கோடிகளால் 'மகா பெரியவா' என்று அன்புடன் அழைக்கப்படும் காஞ்சி காமகோடி பீடத்தின் 68வது மடாதிபதி ஸ்ரீசந்திரசேகரேந்திர சரஸ்வதி சுவாமிகள் நூறு ஆண்டுகள் வாழ்ந்த பெரு மகான்.

ஆடம்பரத்தைத் தவிர்த்து எளிமையை மட்டுமே தன் வாழ்நாள் முழுவதும் கடைப்பிடித்த மகான் அவர்.

உணவில் இருந்து யாத்திரைகள், தங்கும் முகாம்கள், உடை என்று அனைத்திலும் எளிமையைக் கட்டுக்கோப்பாகக் கடைப் பிடித்த பெரும் அருளாளர்.

'லோக க்ஷேமம்' எனப்படும் உலக நன்மைக்காகவே தன்னை அர்ப்பணித்துக் கொண்டவர். அதைப் பற்றி மட்டுமே நினைத் தவர். அதைப் பற்றி மட்டுமே பேசியவர்.

தமிழகத்தின் விழுப்புரம் நகரில் 1894ஆம் ஆண்டு மே மாதம் 20ஆம் தேதி அன்று கன்னட இசுமார்த்த பிராமணக் குடும்பத்தில் பிறந்தார்.

இவரது இயற்பெயர் சுவாமிநாதன். இவரது தந்தை சுப்பிரமணிய சாஸ்திரி மாவட்டக் கல்வி அதிகாரியாகப் பணியாற்றியவர்.

எட்டு வயது வரை அவரது தந்தை சுவாமிநாதனிடமே கல்வி பயின்றார். பின்னர் திண்டிவனத்தில் உள்ள ஆற்காடு அமெரிக்கன் மிஷன் உயர்நிலைப் பள்ளியில் பயின்றார். பள்ளியில் நடந்த பைபிள் ஒப்பித்தல் போட்டியில் முதல் பரிசைத் தட்டிச் சென்றார். பள்ளி நாடகங்களிலும் பங்கேற்று சிறப்பாக நடித்த அனுபவமும் உண்டு.

1907ஆம் ஆண்டு காஞ்சி மடத்தின் பீடாதிபதியாக இவரது தாய் வழி உறவினர் நியமிக்கப்பட்டார். அந்த நிகழ்ச்சியில் கலந்து கொள்வதற்காகத் தனது தாயுடன் அங்கு சென்றிருந்தார் சுவாமி நாதன்.

பீடாதிபதியாகப் பதவியேற்க இருந்த அவரது உறவினர் அதிக காய்ச்சல் காரணமாகத் திடீரென்று மயக்கம் போட்டு விழுந்து விட்டார்.

இதனால் பரபரப்பு ஏற்பட்டது. அடுத்து என்ன செய்வது என்று யோசித்து, 13 வயதே ஆன சுவாமிநாதனை ஆச்சாரியராக நியமிக்க முடிவு செய்யப்பட்டது.

'சந்திரசேகரேந்திர சரஸ்வதி' என்று இவருக்குப் புதிய நாம கரணம் சூட்டப்பட்டது. சமஸ்கிருதம், வேதங்கள், சாஸ்திரங்கள், புராணம், இதிகாசம், உபநிடதங்களை ஆழமாகக் கற்றார்.

இயல்பான அறிவுக் கூர்மையும், ஆன்மிக நாட்டமும் கொண்டிருந்த சிறுவனை ஆன்மிகப் பயிற்சிகளும் அனுஷ்டானங் களும் ஆன்மிக ஞானியாக மறுவடிவம் பெற வைத்தன.

'காஞ்சிப் பெரியவா' என்றும், 'மகா பெரியவா' என்றும் பக்தர்களால் அன்போடு அழைக்கப்பட்ட அவர் பிரமிக்கத்தக்க நினைவாற்றல் கொண்டவராகத் திகழ்ந்தார்.

தமிழ், ஆங்கிலம், தெலுங்கு, கன்னடம், மலையாளம், சமஸ்கிருதம், இந்தி, மராத்தி, ஜெர்மன், பார்சி உள்ளிட்ட 14 மொழிகளையும் கற்றுத் தேர்ந்தார்.

எளிய, இனிய, சரளமான சொற்களில் வேத சாஸ்திரங்களில் உள்ள அரிய உண்மைகளை எடுத்துக் கூறியதால் பாமர மக்களையும் இவரது ஆன்மிக உரைகள் எளிதில் கவர்வதாக அமைந்தன.

வேத, சாஸ்திரங்களை மக்களிடம் சிறப்பான முறையில் கொண்டு சேர்ப்பதற்காகப் பல மாநாடுகளை நடத்தினார்.

மடத்தில் அறக்கட்டளை தொடங்கி வேதம் கற்றுக்கொடுக்க ஏற்பாடுகளைச் செய்தார். இதனையடுத்து பல இடங்களில் வேத பாடசாலைகள் தொடங்கப்பட்டன.

பெரியவர் - சிறியவர்; உயர்ந்தவர் - தாழ்ந்தவர் என்ற வேற்றுமை அவரிடம் கிஞ்சித்தும் இருந்ததில்லை. அனைவரிடமும் சமமான அன்பும், பரிவும், கருணையும், பாசமும் காட்டினார்.

விலங்குகளிடம் அதே அளவு பாசத்தையும், அன்பையும் காட்டினார் மகா பெரியவா.

கவிஞர் கண்ணதாசனின் 'அர்த்தமுள்ள இந்துமதம்' என்னும் அரிய காவியம் படைக்கக் காரணமாக இருந்தவர் பெரியவா.

சுதந்திரப் போராட்டத்தின்போது அந்நிய துணிகளைப் புறக்கணிக்கும் 'சுதேசி இயக்கப் போராட்டம்' நடந்தபோது, தமது ஆடைகளைக் கடலில் எறிந்துவிடச் சொன்னார். கதர் ஆடைக்கு மாறியதோடு, சீடர்களையும் அவ்வாறே கதராடைகளை அணிய அறிவுறுத்தினார்.

பாத யாத்திரையாகவே நாடு முழுவதும் பயணித்து ஆன்மீகக் கருத்துக்களைப் பரப்பி வந்தார் பரமாச்சாரியார்.

உண்மையான துறவு வாழ்க்கையை வாழ்ந்த மகான் அவர்.

காஞ்சி மடத்தின் தலைவராக 87 ஆண்டுகள் பதவி வகித்தார்.

மகா பெரியவா என்று பக்திப் பரவசத்தோடு அழைக்கப்பட்ட சந்திரசேகரேந்திர சரஸ்வதி சுவாமிகள், 1994ஆம் ஆண்டு ஜனவரி மாதம் 8ஆம் நாள் அன்று, தமது நூறாவது வயதில் சித்தி அடைந்தார்.

சிறு வயது முதலே இவரது வாழ்வில் அநேக அதிசயங்கள் நிகழ்ந்தன என்பது வியப்பு தரும் உண்மை.

அவருக்கு மூன்று அல்லது நான்கு வயதானபோது நடந்த சம்பவத்தைப் பற்றி அவரே கூறிய தகவல் ஆச்சரியம் தரக்கூடியது.

வெல்லம் இருந்த ஜாடிக்குள் தலையை நுழைத்த மரநாய் ஒன்று அதை மீண்டும் எடுக்க முடியாமல் தவித்து கூக்குரலிட்டது. நாயின் கூக்குரலைக் கேட்ட அண்டை அயலார்கள் திருடன் வந்துவிட்டதாக நினைத்து கம்பு தடிகளுடன் கூடிவிட்டனர். பார்த்தபோது அந்த மரநாய்தான் சிக்கியது. கம்பம் ஒன்றில் கட்டி கடின முயற்சிக்குப் பிறகு ஜாடியைப் பிரித்து நாயை மீட்டனர்.

'பேராசை பெரும் கேட்டையே தரும்' என்ற சத்திய உண்மையை அப்போது பெரியவா விளங்கிக் கொண்டார்.

எப்போது?

அவரது மூன்று அல்லது நான்கு வயதிலேயே!

அவர் வாழ்வில் அதே வயதில் நிகழ்ந்த மற்றொரு சம்பவமும் இங்கே நாம் குறிப்பிட வேண்டிய ஒன்று.

வீட்டில் தனியாக இருந்தபோது திருடன் ஒருவன் அவர் அணிந்திருந்த தங்க வளையலைக் குறி வைத்து உள்ளே புகுந்தான். அவர் கைகளில் இருந்து அந்த வளையலைக் கழற்றுவதற்கு அவன் ரொம்பவும் கஷ்டப்பட்டபோது அதைக் கழற்றும் விதத்தைச் சொல்லிக் கொடுத்தார்.

திருடனும் சந்தோஷமாக வளையலை அபகரித்துக் கொண்டு வெளியேறியபோது, 'வளையலை ரிப்பேர் செய்வதற்காக எடுத்துச் செல்கிறார்' என்று சப்தமாகக் குரல் கொடுத்தது அந்தக் குழந்தை.

உடனே அங்கே ஓடிவந்த வீட்டார், சட்டென்று விவரத்தைத் தெரிந்து கொண்டு வெளியே சென்று தேடினார்கள். ஆனால் அந்தத் திருடன் அதற்குள் எங்கோ ஓடி மறைந்துவிட்டான்.

கவர்ச்சி, களவு, பேராசை, ஏமாற்றுதல், புலம்பல் ஆகிய அனைத்தையும் அந்த ஒரு சம்பவம் பெரியவாளுக்கு உணர்த்தி விட்டது.

ஆனாலும் வளரும்போது, சில ஆத்மாக்கள் பிறருக்காகவே அறநெறியின் அடிப்படையில் வேரூன்றி வாழ்கின்றனர்' என்ற பேருண்மையை அவர் உணர்ந்து கொண்டார்.

திண்டிவனம் கிறிஸ்டியன் மிஷன் பள்ளியில் பரமாச்சாரியார் படித்துக் கொண்டிருந்தார். அப்போது அவருக்கு வயது 13. கலவை என்னும் இடத்தில் அப்போதைய சங்கராச்சாரியார் சித்தி அடைந்துவிட்டார்.

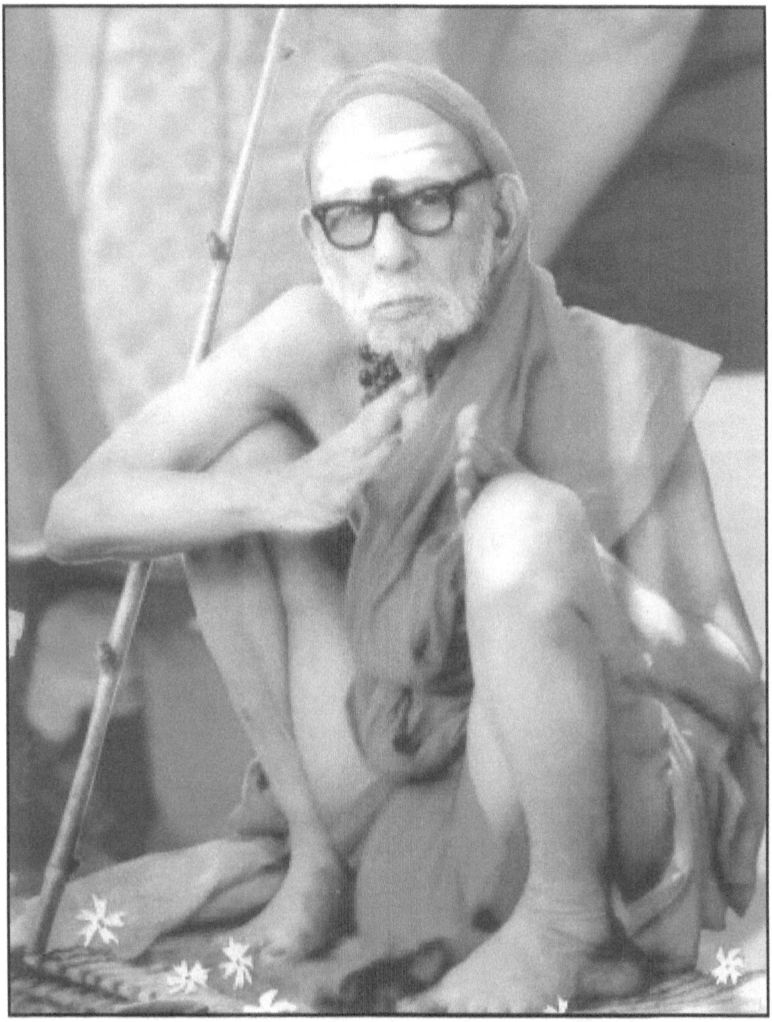

இதனையடுத்து ரிக்வேதம் படித்தவரும், மடத்தில் இருந்தவருமான அவரது தாய் வழி உறவினர் ஒருவர் அடுத்த சங்கராச்சாரியராக நியமிக்கப்பட்டார். தனது தாயாருடன் காஞ்சி சென்றார்.

அந்த நேரத்தில் தகவல் ஒன்று வந்தது. வண்டியில் அவர் மட்டுமே தனியாக அமர்ந்து வருமாறு கூறப்பட்டது. ஏனென்றால் புதிய சங்கராச்சாரியராக நியமிக்கப்பட்ட அவரது உறவினர் கடுமையான ஜுரம் காரணமாக மயக்க நிலைக்குச் சென்று

விட்டார். எனவே அடுத்த சங்கராச்சாரியாராக பதின்மூன்று வயதே நிரம்பிய பரமாச்சாரியாரை நியமிக்க உத்தேசித்தே இந்தத் தகவல் அனுப்பப்பட்டது. அங்கே அவருக்கு சாஸ்திர பாடங்களும், பயிற்சிகளும் அளிக்கப்பட்டன.

அவர் சங்கராச்சாரியராகப் பீடமேறிய நிகழ்வு இப்படித்தான் அமைந்தது.

கேரளாவில் நடந்த நிகழ்வு ஒன்றையும் இங்கே தெரிந்து கொள்வது நல்லது.

அவர் தங்கியிருந்த இடத்திற்குப் பக்கத்து அறையில் பூஜைக்கான ஏற்பாடுகள் நடந்தன. நம்பூதிரி ஒருவர் அங்கே பூஜைக்காக அழைக்கப்பட்டிருந்தார். அங்கு வந்த நம்பூதிரி பூஜையில் முழு கவனமும் இல்லாமல் அங்கிருந்தவர்களோடு அரட்டையடிக்க ஆரம்பித்தார்.

ஆனால் அடுத்த சில நிமிடங்களில் தனது தவறை உணர்ந்து கொண்ட நம்பூதிரி பூஜையைத் தொடங்கினார். ஆனாலும் அதில் அவரது மனம் முழுமையாக ஈடுபடவில்லை.

உடனே எழுந்த நம்பூதிரி, 'பூஜையில் கவனமில்லாமல் அரட்டையில் பங்குகொண்டு மாபெரும் தவறு இழைத்து விட்டேன். இப்போது என் மனம் பூஜை செய்யும் லயத்தில் இல்லை' என்று அனைவரிடமும் கூறினார்.

இதைப் பார்த்த பரமாச்சாரியாருக்கு நம்பூதிரியின் குறிக்கோளில் இருந்த நேர்மை மிகவும் பிடித்தது.

மனிதநேயம், கருணை, அன்பு, உதவி, எளிமை உள்ளிட்டவற்றைப் போதித்ததோடு அதன்படி வாழ்ந்தும் காட்டியவர் பெரியவா. அவரது ஆன்மீக சிந்தனை சிதறல்கள் அனைவரும் கட்டாயம் படித்து, அதன்வழி நடப்பது அவசியம்.

'இறைவன் நமக்கு கை, கால் என எல்லா உறுப்புகளையும் கொடுத்திருக்கிறார். இவற்றைக் கொண்டு நன்றி உணர்வுடன் நாலு பேருக்கு நன்மையை மட்டும் செய்ய வேண்டும்.'

'மனிதனுக்கு ஒழுக்கம் முக்கியம். வாழ்வில் ஒழுக்கம் வந்துவிட்டால், நாம் செய்யும் ஒவ்வொரு செயலிலும் அதன் அழகும், நேர்த்தியும் வெளிப்படத் தொடங்கும்.'

'நாம் எப்படி வாழ நினைக்கிறோமோ அப்படியே உலகிலுள்ள

எல்லோரும் வாழ வேண்டும் என்று நினைப்பது தான் உத்தமமான எண்ணம்.'

'எளிமையாக வாழ்வதே உலகிற்கு நாம் செய்யும் மிகப்பெரிய உதவி. நம்மைப் பார்த்து பிறர் பொறாமைப்பட வேண்டும் என்பதற்காக ஆடம்பரமாக வாழ்வது கூடாது.'

'உணவு, உடை, உறைவிடம் அனைவருக்கும் கிடைத்தால் போதும். மற்றவை எல்லாம் ஆடம்பரம் தான்.'

'ஆசையைப் படிப்படியாகக் குறைக்க வேண்டும். இதனால் துன்பம் குறையும். ஆசையை அடியோடு நீங்கி விட்டால், மீண்டும் மண்ணில் பிறவி எடுக்கத் தேவையில்லை.'

வெளி உலகில் கிடைக்கும் மகிழ்ச்சி ஒருவனுக்கு என்றென்றும் நிலைப்பதில்லை. மனதில் இருந்து உண்டாகும் மகிழ்ச்சியே என்றென்றும் நிலைத்திருக்கும்.'

'வேதம் விதித்த தர்மவழிகளில் நடப்பவன் புண்ணியத்தைத் தேடுகிறான். ஆசை வயப்பட்டு பிறருக்குத் தீங்கு செய்பவன் பாவத்திற்கு ஆளாகிறான்.'

'சுயநலத்தைப் பெரிதாக எண்ணாமல் சமுதாய நலனுக்காகச் செயல்படுபவனின் சொல், செயல் எல்லாமே புண்ணிய கர்மம் தான்.'

'மனதில் எண்ணிலடங்கா ஆசைகள் முளைத்துக் கொண்டே இருக்கின்றன. ஆனால், ஆசைப்பட்டு அடைந்த பொருள் அனைத்தும் ஒரே நாளில் நம்மை விட்டுப் பிரிந்து போய்விடும் என்பதை யாரும் மறந்து விடக் கூடாது.'

'பகவத்கீதையின் அடிப்படையே அர்ப்பணமாகக் கடமையாற்றுவது தான். எந்தச் செயலைச் செய்தாலும், அதை காமகுரோதம் இல்லாமல் தூய உள்ளத்தோடு கடவுளுக்கு அர்ப்பணமாகச் செய்ய வேண்டும். அதனால் நமக்கு நல்லறிவு உண்டாகும்.'

'ஓரிடத்தில் ஒருவருக்கு ஒரு செயல் நியாயமாகத் தோன்றும். அதே செயல் வேறோரிடத்தில் இன்னொருவருக்கு மற்றொன்று நியாயமானதாக இருக்கும். இருந்தாலும், எல்லோருக்கும் பொதுவான நியாயம் என்று ஒன்று உண்டு. அதைப் பின்பற்றுவது தான் சிறந்ததாகும்.'

'நமக்கு எல்லாவற்றிலும் அஞ்ஞானம் இருக்கிறது. நாம் செய்யக் கூடாத செயல்களைத் தெரிந்து கொண்டிருந்தாலும் பல சமயங்களிலும் அதைச் செய்யவே முற்படுகிறோம். அஞ்ஞானம் வியாதி போன்றது. இந்த வியாதிக்கு மருந்து ஞானம் தான். அந்த ஞானத்தை ஞானமே வடிவான அம்பிகையே நமக்கு அருள் செய்கிறாள்.'

'பணம் நிறைய இருந்தாலும் கவலை; போனாலும் துக்கம் உண்டாகிறது. உலக இன்பங்கள் எல்லாமே அப்படித்தான். அவற்றுக்கு ஆசைப்படாமல் வாழப் பழகிக் கொள்ளவேண்டும். அதனால் மனதில் முழுமையான அமைதியும் ஆனந்தமும் உண்டாகும்.'

'மோட்சம் என்பது செத்துப்போன பிறகு வேறு எந்த லோகத்திற்கோ போய் அனுபவிப்பது அல்ல. கை கண்ட பலனாக இந்த உலகில் இருக்கும் போதே நமக்குக் கிடைக்க வேண்டும். நல்லது செய்தால் நல்லது விளையும். இப்போதெல்லாம் கஷ்டம், சுகம் என்று அழுது கொண்டு இருந்து விட்டு செத்துப் போன பின் மோட்சம் கிடைக்கிறது என்பதில் பிரயோஜனம் இல்லை. பிரதி பலன் கருதாது நீ செய்யும் கர்மங்களுக்குக் கிடைக்கும் ஆனந்தமே மோட்சம். இது இப்பிறவியிலேயே கிடைக்கும்.'

'மனசு ஏதோ ஒன்றில் ஆசைப்பட்டு விட்டால், நமக்குக் கிடைக்கும் திருப்திக்காக, பிறத்தியார் என்ன கஷ்டப்பட்டாலும் பரவாயில்லை என்ற எண்ணம் வந்துவிடுகிறது. நமக்கு வாய்க்கு ருசியாக ஒன்று வேண்டும் என்பதற்காக, வயசான தாயார் கல் உரலைக் கட்டிக் கொண்டு மன்றாடினாலும் பரவாயில்லை என்று தோன்றுகிறது.

இப்படி எத்தனையோ கஷ்டங்களுக்கு, கொடுமைகளுக்கு, பிறரை ஆட்படுத்தி நம் ஆசையைப் பூர்த்தி செய்து கொள்ள நினைக்கிறோம். தன்னுடைய ஆசையினால் மற்றவருக்கு இழைக்கும் துன்பங்கள் ஒருவனைச் சும்மா விடுவதில்லை. அவை எல்லாம் அவனுடைய பாபக்கணக்கில் ஏறி ஒட்டிக்கு இரட்டியாக அவனை நரக லோகத்திலும், மறு ஜன்மாக்களிலும் பழிவாங்கத் தான் செய்யும்.

பொதுஜனசேவை, பரோபகாரம் என்று செய்கிறோமே, இதன் தாத்பர்யம் என்ன? நம்மைக் கஷ்டப்படுத்திக் கொண்டாவது

பிறருக்கு மகிழ்ச்சியை உண்டாக்க வேண்டும் என்பது தான். ஆனால், இந்தச் சேவையாலும் பிறத்தியாருக்கு திருப்தியைத் தருவதை விட, நமக்கே திருப்தி உண்டாக்கிக் கொள்கிறது தான் உள்ளூர நம்மை அறியாமலே நமக்கு முக்கியமாகி விடுகிறது.'

பெரியவாளைப் பொறுத்தமட்டில் 'நான்', 'தான்' என்பதை என்றும், எப்போதும், எந்தச் சந்தர்ப்பத்திலும் பயன்படுத்தியதே கிடையாது. "ஏகாம்பரேஸ்வரர்', 'சந்திரமௌலீஸ்வரர்', 'அம்பாள்' என்று தெய்வப் பெயர்களால் மட்டுமே சாத்தியம் என்பதைப் பக்தர்களிடம் தெளிவுபடுத்துவார்.

'நான்' என்பதை யாருமே கடைப்பிடிக்கக்கூடாது என்பதை அறிவுறுத்தும் பெரியவா, அதைத் தமது வாழ்விலும் தவறாமல் கடைப்பிடித்துவந்த மகான்.

சிறுவர்களுக்கும், பெண்களுக்கும், பெரியவர்களுக்கும் என்று அனைத்துத் தரப்பு மக்களுக்கும் நிறைய உண்மைகளை, அறிவுரைகளை வழங்கியுள்ளார் காஞ்சிப் பெரியவர். அவற்றைக் கடைப்பிடித்து வாழ்வில் மகிழ்ச்சியும், ஆனந்தமும் அடைய அனைவருக்கும் வாழ்த்துக்கள்.

2 இளையோர்

குழந்தைகள், சிறுவர்கள், மாணவர்கள் ஆகியோர் பெரியவா அனுபவத்தில் அநேகம். அவர்கள் வாழ்வில் தெரிந்து, புரிந்து கொள்ள வேண்டிய கருத்துக்கள் ஏராளம்.

ராம நாமம்

ஒருமுறை தஞ்சாவூருக்கு அருகே உள்ள ஒரு கிராமத்தில் முகாமிட்டிருந்தார் பெரியவா. அங்குள்ள சந்திரமௌலீஸ்வரர் கோயிலில் தீபாராதனை முடிந்ததும், அங்கு குழுமியிருந்த மாணவர்களிடம் ராம நாமம் மற்றும் சிவ நாமம் ஆகியவற்றைக் கூறுமாறு கேட்டுக்கொண்டார்.

அதிலும் குறிப்பாக ஒரு மாணவரை அழைத்து 'ராம ராமா' என்றும், 'சிவ சிவா'

என்றும் சொல்லும்படிக் கூறினார். அப்போது அங்கிருந்தோர், 'அந்தப் பையன் பிறவி ஊமை' என்று பெரியவாளுக்குத் தெரிவித்தனர்.

அதற்கு மகா பெரியவர், "அதற்கென்ன? பையன் சொல்லட்டும்" என்று சாதாரணமாகக் கூறினார்.

இதனைக் கேட்டு அனைவரும் குழப்பமடைந்தபோது, அந்த மாணவன் ராம நாமத்தை உச்சரிக்க ஆரம்பித்துவிட்டான்.

அனைவரும் இன்ப அதிர்ச்சியில் உறைந்து போயினர்.

அப்போது ஒருவர், 'எந்த மகானை வர்ணிக்க வார்த்தைகள் கிடையாதோ, எந்த மகானைக் கண்டதும் பிறவி ஊமை பேசும் சக்தியைப் பெறுகிறானோ, அந்த சந்திரமௌலீஸ்வரரான என் குருநாதரை நமஸ்கரிக்கிறேன்' என்று சமஸ்கிருதத்தில் எழுதினார்.

இதில் ஆச்சரியம் என்னவென்றால் அந்த நபருக்கு சமஸ்கிருதத்தில் எழுதவே தெரியாது.

விமோசனம்

ஒரு சிறுவன் மிகுந்த மனக் கஷ்டத்தில் இருந்தான். ஒருநாள் காஞ்சிப் பெரியவாளிடம் வந்த அவன், "வீட்டில் என் தகப்பனாரும் தாயாரும் எப்போதும் சண்டை போட்டுண்டே இருக்கா. நிம்மதியே இல்லை" என்று கண்ணீர் மல்கக் கூறினான்.

அச்சிறுவனுக்கு ஏதேனும் ஆறுதல் மொழி கூறுவார் என்று அனைவரும் எதிர்பார்த்தபோது, பெரியவாளின் நடவடிக்கை வேறு மாதிரியாக அமைந்தது. அச்சிறுவனைப் பார்த்து யாருமே எதிர் பாராத கேள்வி ஒன்றைக் கேட்டார்.

"உன் தகப்பனாருக்கு இரண்டு சம்சாரமா? அக்கா, தங்கை இரண்டு பேரும் அவருக்கு வாழ்க்கைப்பட்டார்களா?" என்று கேட்டார்.

அதற்கு சிறுவன், "ஆமாம்.." என்று பதிலளித்தான்.

"மூத்த மனைவிக்குக் குழந்தை பிறக்கவில்லை என்றால் இரண்டாவதாக அவளுடைய தங்கையையும் கல்யாணம் செய்வது அந்தக் காலத்துப் பழக்கம். ஆனால் துரதிர்ஷ்டவசமாக அப்புறம் மூத்தவளுக்குக் குழந்தை பிறந்துவிடும். அப்புறம் வீட்டில் ஒரே ரகளைதான். உங்க வீட்டிலும் அப்படித்தானே?'' என்று சிறுவனிடம் கேட்டார்.

அதற்கு அவன், "ஆமாம்.. ஆமாம்" என்று கூறினான். "இதற்கு விமோசனம்தான் என்ன?" என்று கவலையோடு கேட்டான்.

"நீ, உனது சிறிய தாயார் வீட்டிற்குப் போய் அவளுக்கு உதவி செய்து, அவளோடு பிரியமாகவும் இருந்துவிட்டால் போதும். அப்புறம் உங்கள் வீட்டில் சண்டை சச்சரவே இருக்காது" என்றார் பெரியவா.

இளைய மனைவிக்குக் குழந்தை பாக்யம் இல்லை. எனவே இவனே அவளது குழந்தையைப் போன்று பிரியமாக இருந்து விட்டால் சண்டை எதற்காக வரப்போகிறது?

அப்பாவிப் பையனின் அழைப்பு

சென்னை சமஸ்கிருத கல்லூரியில் காஞ்சிப் பெரியவர் முகாமிட்டிருந்தார். அப்போது தினமும் வீதி வலம் வருவது அவரது வழக்கம். அவ்வாறு வருகிறபோது பக்தர்களின் அழைப்பை ஏற்று அவர்களது வீடுகளுக்கும் செல்வார். பக்தர்களின் பூர்ணகும்ப மரியாதைகளை ஏற்று, அவர்களை ஆசீர்வதிப்பது அவரது பழக்கம்.

அப்படித்தான் நுங்கம்பாக்கத்தில் ஒருநாள் வீதி வலம் வந்து கொண்டிருந்தார். வழக்கம்போல அங்கிருந்தோர் தங்கள் வீட்டிற்கு வருமாறு வேண்டினர். பக்தர்களின் விருப்பத்திற்கு இணங்க பரமாச்சாரியாரும் அவர்களது இல்லங்களுக்குச் சென்று திரும்பிக் கொண்டிருந்தார்.

பெரியவாளோடு நிறைய பேர் கூடவே நடந்து வந்து கொண்டிருந்தபோது, ஒரு குட்டிப் பையனும் வேடிக்கையாக அவர்களோடு நடந்து வந்து கொண்டிருந்தான். நடப்பவை அனைத்தையும் அவன் கவனித்துக் கொண்டும் இருந்தான்.

அச்சிறுவனுக்கு வயது எட்டோ அல்லது ஒன்பதோ தான் இருக்கும். ஏழைச் சிறுவன். பெரியவாளை அழைத்து அவருக்கு பூர்ணகும்ப மரியாதை செலுத்துவதற்கான வசதி வாய்ப்பும் இல்லாத குடும்பத்தைச் சேர்ந்தவன். வறுமையில் வாடும் சிறுவன் என்பதை அவனது ஆடையும், தோற்றமும் வெளிச்சம் போட்டுக் காட்டியது.

ஆயினும் இந்த வறுமைச் சூழல் எதுவும் அக்குழந்தைக்குத் தெரியவில்லை. அதற்கு அப்போது தெரிந்தது எல்லாம் பெரிய வாளை எல்லோரும் அவரவர் வீட்டிற்கு அழைத்துச் சென்று மரியாதை செலுத்துவது மட்டுமே. அதேபோலத் தனது வீட்டிற்கும் அவரை அழைத்துச் செல்ல வேண்டும் என்ற ஆசை எழுந்தது.

பெரியவா மிகப் பெரிய மகான். அவரைப் பணிவோடு வணங்கி அழைப்பதுதான் முறை.

ஆனால் அக்குட்டிப் பையனுக்கு அதுவெல்லாம் தெரியாது. தெரிந்து கொள்ளும் வயதோ, பக்குவமோ கிடையாது. அவனுக்குத் தெரிந்ததெல்லாம் பரமாச்சாரியாரைத் தனது இல்லத்திற்கு அழைத்துச் செல்ல வேண்டும் என்பது மட்டுமே.

எனவே அவனுக்குத் தெரிந்த வகையில், "சார், எங்காத்துக்கும் வாங்கோ!.... சார் எங்காத்துக்கும் வாங்கோ..." என்று காஞ்சி மகானின் அருகே சென்று அடிக்கொரு தடவை இவ்வாறு கூறிக் கொண்டிருந்தான்.

பரமாச்சாரியாரோடு நடந்து சென்று கொண்டிருந்தவர்கள் இதனைப் பார்த்து எரிச்சலுற்றனர். பெரியவாளுக்குத் தெரியாமல் அச்சிறுவனை விரட்டி விட்டுக் கொண்டிருந்தனர்.

ஆனால் குட்டிப் பையனோ விடுவதாக இல்லை. அவன் மீண்டும் மீண்டும் அங்கே வந்து, "சார் எங்காத்துக்கும் வாங்கோ..." என்று அழைத்துக் கொண்டே இருந்தான்.

பெரியவாளோடு நடந்து சென்றவர்களும் அவனை அங்கிருந்து விரட்டிக் கொண்டே இருந்தனர்.

இதனிடையே அச்சிறுவன் பெரியவாளை, 'சார்.. சார்..' என்று வித்தியாசமாக அழைத்தது அங்கிருந்தோருக்கு வேடிக்கையாகவும் இருந்தது.

இதனிடையே அவன் வீடு இருக்கும் தெரு முனையும் வந்து விட்டது. ஒருவேளை வலது புறமாக இருந்த திருப்பத்தில் காஞ்சி மகான் திரும்பிவிட்டால் அவன் வீட்டிற்கு வராமல் முடியாமல் போய்விடக்கூடும்.

எனவே குட்டிப் பையனிடம் இப்போது பதற்றம் தொற்றிக் கொண்டது.

"சார் சார், அந்தப் பக்கம் போயிடாதீங்க சார். இந்தப் பக்கமா வந்தாத்தான் எங்காத்துக்குப் போக முடியும். பிளீஸ் சார்.... எங்காத்துக்கும் வந்துட்டுப் போங்க சார்" என்று கண்களில் சரசரவெனக் கண்ணீர் வழியக் கெஞ்சத் தொடங்கினான்.

அச்சிறுவனைப் புன்முறுவலோடு பார்த்த பெரியவா, பக்கத்தில் இருந்தவரிடம், "குழந்தையின் வீடு எங்கே இருக்கிறது என்று விசாரித்து அந்தப் பக்கமாகப் போ" என்றார்.

இதைக் கேட்டதும் அச்சிறுவனுக்கு மகிழ்ச்சி தாங்கவில்லை.

"இதோ, இந்தப் பக்கம்தான். வாங்கோ சார்..." என்றவாறு தன் வீடு இருக்கும் திசையைச் சுட்டிக்காட்டி வேகமாக நடந்தான்.

தனது வீட்டினருகே வந்ததும் வேகமாக வீட்டிற்குள் ஓடிய சிறுவன், "அம்மா நம்மாத்துக்கு யார் வந்திருக்கா பாரு... சார் வந்திருக்காரு..." என்று சந்தோஷத்தை அடக்கமுடியாமல் உரக்கக் கூவினான்.

நம்பவே முடியாத அந்த ஏழைத் தாய் வெளியே வந்து மகானை வணங்கினாள். அந்த வீட்டின் வாயிலில் போய் நின்றார் காஞ்சி மகான்.

அந்தச் சிறிய சந்துக்குள் பெரியவா நுழைந்ததைப் பார்த்ததும் அங்கிருந்தோர் அனைவரும் ஓடிவந்து அவர் பாதாங்களில் விழுந்து நமஸ்கரித்தனர்.

பூர்ணகும்பம் உள்ளிட்ட மரியாதைகளைத் தவிர்த்து அன்பு ஒன்றுக்கு மட்டுமே கட்டுப்பட்டு அந்த மகான் அந்த ஏழையின் வாயிலில் நின்று தரிசனம் கொடுத்தார்.

அச்சிறிய குழந்தைக்கு அந்த வயதிலும் பெரியவாளோடு நடந்து செல்பவர்களோடு தானும் போக வேண்டும் என்ற எண்ணம் ஏன் ஏற்பட்டது?

தன் வீட்டுக்கும் பெரியவாளை அழைத்துச் செல்ல வேண்டும் என்ற ஆசை எதனால் ஏற்பட்டது?

அனைத்துக்குமே நிச்சயமாக ஏதோ ஒரு விஷயம் இருக்க வேண்டும்.

தமிழ்

நடுத்தர வயதுடைய தம்பதியர், தமது நான்கு குழந்தை களுடன் பெரியவாளைத் தரிசனம் செய்வதற்காக வந்திருந்தனர். சற்று செல்வந்தக் குடும்பம் என்பது பார்த்தாலே தெரிந்தது.

நாகரீக அடையாளத்தை அப்பட்டமாகச் சொல்லும் ஆடை அலங்காரம். கூந்தல் அலங்காரம். நடையில் ஒரு செருக்கு. பளபளப்பான மேனி.

அந்தக் குழந்தைகள் அனைவரின் நுனி நாக்கிலும் ஆங்கிலம் சரளமாக விளையாடிக் கொண்டிருந்தது..

பக்தர்களின் கூட்டத்தில் அவர்கள் கலந்திருந்தாலும் பரமாச்சாரியார் அவர்களைத் துல்லியமாகக் கவனித்துவிட்டார். அந்தக் குழந்தைகளைத் தன்னருகே வருமாறு அழைத்தார்.

அருகில் வந்த குழந்தைகளிடம், "பேரென்ன? எங்கே படிக்கிறீங்க?" என்று வினாக்களைத் தொடுத்தார்.

அந்தக் குழந்தைகளும் படபடவென, சற்றும் தயக்கமே இல்லாமல் அதற்குப் பதிலளித்தன.

பின்னர் அருகிலிருந்த பழத்தட்டைக் காட்டி, "யாருக்கு என்ன பழம் வேண்டுமோ அதை எடுத்துக் கொள்ளுங்கள்" என்று பெரியவா கூறினார்.

குழந்தைகளும் மகிழ்ச்சியோடு, "தாங்க்ஸ்" என்று சொல்லி விட்டுப் பழங்களை எடுத்துக் கொண்டன.

அப்போது பரமாச்சாரியார் அக்குழந்தைகளிடம், "ஒரு விஷயம் நான் சொன்னால் கேட்பீர்களா?" என்றார்.

குழந்தைகளும், "ஓ எஸ். சர்ட்டன்லி வி வில் டு" என்று உற்சாகமாகப் பதிலளித்தன.

"வெளி இடத்தில் எங்காவதோ? பள்ளிக்கூடத்திலோ, வேறு பாஷை தெரிந்த மனுஷாளிடத்திலோ பேசும்போது ஆங்கிலத்தில் பேசுங்கள். உங்க வீட்டிலோ, அப்பா அம்மாவிடமோ, சுவாமிகளா இருக்கும் என்னிடமோ, பகவானிடமோ பேசும்போது தயவு செய்து தமிழிலே பேசுங்கள். தமிழ் தாய்மொழி. தாய்தான் முதல் கடவுள். தமிழை மறக்கக் கூடாது" என்று அறிவுறுத்தினார்.

உடனே அந்தக் குழந்தைகளும், இனிமேல் அப்பா, அம்மா, குரு, தெய்வம் ஆகியோரிடம் தமிழிலேயே பேசுகிறோம். சத்தியம்" என்றனர் உறுதியாக.

இதைக்கேட்டதும் பெரியவா முகத்தில் அப்படியொரு பிரகாசம். ஆயிரம் சூரியன்கள் ஒரே இடத்தில் சங்கமித்ததைப் போன்ற அற்புத ஒளி அவர் முகத்தில்!

தேங்காயின் அற்புதம்

காஞ்சிப் பெரியவரைத் தரிசனம் செய்வதற்காக அன்றும் பக்தர்கள் வரிசையில் திரளாக நின்று காத்திருந்தனர். அவர்களில் வேலூர் அருகே இசையனூரைச் சேர்ந்த சீதாலட்சுமி அம்மாளும் ஒருவர். அவர் தனது பேத்தி வித்யாவுடன் வரிசையில் காத்திருந்தார். வித்யாவின் தலை வெள்ளை நிறத் துணியால் மறைக்கப்பட்டிருந்தது.

ஒவ்வொருவராகப் பெரியவாளிடம் ஆசி பெற்று நகர்ந்த போது, சீதாலட்சுமியின் முறை வந்தது. அப்போது அவரது பேத்தியைப் பார்த்த மகான், "குழந்தையின் தலையில் ஏன் துணி வைத்து மறைத்திருக்கிறாய்?" என்று கேட்டார்.

"தலையில் கொப்புளம் வெடித்துப் புண்ணாகிவிட்டது. எங்கெல்லாமோ வைத்தியம் பார்த்தும் பிரயோஜனம் இல்லை" என்று வருத்தமாகக் கூறினார் சீதாலட்சுமி.

உடனே பெரியவா தன்னருகே இருந்த தேங்காயைக் கையில் எடுத்தார். "இந்தத் தேங்காயை உடைத்துப் பாலாக்கி தினமும் தலையில் தேய்த்து வா. சீக்கிரம் குணமாகிவிடும். குணமானதும் திருத்தணி முருகனுக்கு முடி காணிக்கை செலுத்திவிடு" என்று ஆசிர்வதித்தார். சீதாலட்சுமியும் அவ்வாறே குழந்தைக்கு வைத்தியம் செய்ய ஆரம்பித்தார்.

என்னவொரு ஆச்சரியம்!

பதினைந்தே நாட்களில் குழந்தையின் கொப்புளம் குணமாகி விட்டது. உடனே திருத்தணி சென்று குழந்தையின் முடியைக் காணிக்கையும் செலுத்திவிட்டார்.

பின்னர் காஞ்சி சங்கர மடத்திற்கு வந்து பெரியவாளைத் தரிசித்தனர்.

அப்போது அவர்களை நன்றாக அடையாளம் தெரிந்து கொண்ட பரமாச்சாரியார், "தேங்காய் நன்றாக வேலை செய்ததா?" என்று கேட்டார். அவர் முகத்தில் அப்போது ஒரு சிறு புன்னகை இழையோடியது.

சீதாலட்சுமி அம்மாளும், "எல்லாம் உங்களின் ஆசி தான்" என்று மகிழ்ச்சியோடு கூறினார்.

வளர்ந்து பெரியவளான பிறகும் காஞ்சி மகானை அடிக்கடி வந்து தரிசிப்பதற்கு மட்டும் வித்யா மறக்கவே இல்லை.

திரைப்பாட்டு

காஞ்சி மடத்தில் பக்தர்களுக்கு வழக்கம்போல பெரியவா தரிசனம் கொடுத்துக் கொண்டிருந்தபோது, பக்தர் ஒருவர் அவர் முன்பாகப் பாடுவதற்கு விருப்பம் தெரிவித்தார். மகானும் அதற்குச் சம்மதம் தெரிவித்தார். அப்புறம் அவர் ஒரு பாடலை உருக்கமாகப் பாடினார்.

இதைக் கவனித்துக் கொண்டிருந்த ஒரு சிறுமிக்கு, பெரியவா முன்பு பாட வேண்டும் என்ற ஆசை எழுந்தது. பாட வேண்டும் என்று அச்சிறுமி அடம்பிடித்தாள்.

இதனைக் கண்ணுற்ற காஞ்சி மகானும், "சரி பாடச் சொல்லுங்கள்" என்று கூறினார்.

உடனே அச்சிறுமி உச்சஸ்தாயில் பாடத் தொடங்கியது.

என்ன பாட்டுத் தெரியுமா?

'தூங்காதே தம்பி தூங்காதே' என்ற திரைப்படப்பாட்டு. திரைப்படப் பாடல்களைப் பாடும் இடம் அது கிடையாது என்பதும், அந்த இடத்தின் மகத்துவமும் அந்தச் சிறுமிக்குத் தெரிந்திருக்கவில்லை.

அக்குழந்தையின் பெற்றோரும், மற்றவர்களும் அதிர்ந்து போயினர். அக்குழந்தையைப் பாடவிடாமல் பதற்றத்துடன் தடுக்க முனைந்தனர்.

ஆனால் பெரியவா, 'குழந்தை ஆசையாகப் பாடுகிறது. பாடட்டுமே" என்று அங்கிருந்தோரிடம் கூறினார்.

சிறுமி பாடி முடித்ததும், "சினிமாப் பாட்டிலும் நல்ல விஷயம் சொல்கிறார்களே!" என்று ஆச்சரியத்தோடு கூறி, சிறுமியைப் பாராட்டினார் பெரியவா.

எனவேதான் அவர் 'மகான்' என்று புகழப்படுகிறார்.

மொட்டை

மடத்தில் சிறுவர்கள் பலருக்கு தர்ம உபநயனம் நடத்தி வைக்கப்பட்டது.

அதற்கு முன்பாக உபநயனம் ஆகப் போகிற குழந்தைகள் அனைவரையும் பெரியவாளுக்கு வந்தனம் செய்வதற்காக அழைத்து வந்தனர்.

அப்போது அக்குழந்தைகளிடம் சில விசாரிப்புகளும் நடந்தன. ஒரு சிறுவனிடம், "என்ன வேதம்? என்ன கோத்ரம்?" என்று விசாரித்தனர்.

அதற்கு சிறுவன், "சாம வேதம், ஸ்ரீவத்ஸய கோத்ரம்" என்று பதிலளித்தான்.

இந்தப் பிரிவைச் சார்ந்தவர்களுக்கு மொட்டை அடித்த பிறகே உபநயனம் நடத்த வேண்டும் என்று ஒரு மரபு உண்டு. எனவே அச்சிறுவனை மொட்டையடித்துக் கொள்ளும்படி மகான் கூறினார்.

ஆனால் சிறுவனுக்கோ தயக்கம். மொட்டை அடித்துக் கொண்டு எப்படிப் பள்ளிக்குச் செல்வது என்ற கவலை ஏற்பட்டது. தனது நண்பர்கள் அனைவரும் கிண்டல் செய்வார்களே என்ற எண்ணமும் துளிர்த்தது.

எனவே மொட்டை அடிக்க ஒப்புக்கொள்ளாமல் இருந்தான்.

அச்சமயத்தில் ஒரு பேருந்து வந்து நின்றது. அதிலிருந்து ஆந்திராவைச் சேர்ந்த பக்தர்கள் பெரியவாளைத் தரிசிப்பதற்காக உள்ளே வந்தார்கள்.

அவர்கள் அனைவரும் திருப்பதியில் மொட்டை அடித்துக் கொண்டு காஞ்சி மகானைத் தரிசிக்க வந்திருந்தார்கள்.

அத்தனை பேரும் மொட்டைத் தலையுடன் உள்ளே வந்ததைப் பார்த்த அச்சிறுவனுக்கு அதுவரை இருந்த வெட்க உணர்வு சட்டென்று மறைந்து போய்விட்டது. மொட்டை அடித்துக் கொள்ள இசைவு தெரிவித்தான்.

அதன்பிறகு உபநயனம் சிறப்பாக நடைபெற்றது. பின்னர் அந்தச் சிறுவனை சிறப்பாக அனுக்கிரகம் செய்து அனுப்பி வைத்தார் மகான்.

சிறுவனும் நன்றாகப் படித்து, பெரிய அதிகாரியாகி தவறாமல் மடத்திற்கு வந்து பெரியவாளைத் தரிசித்துச் செல்வதை வழக்கமாகக் கொண்டிருந்தான்.

வெற்றிலை

அன்று கும்பகோணத்தைச் சேர்ந்த மாணவன் ஒருவன் பரமாச்சாரியாரைத் தரிசிக்க வந்திருந்தான். அவன் பெரியவாளை நமஸ்கரித்து அவர் ஆசியைப் பெற முனைந்தான்.

அப்போது பெரியவா அவனிடம், "எங்கிருந்து வருகிறாய்?" என்று கேட்டார்.

"கும்பகோணம்" என்றான் அவன்.

"என்ன படிக்கிறாய்?" என்று கேட்டார்.

"தாவர இயல் முதலாமாண்டு" என்றான் அவன். அதாவது கல்லூரியில் படிக்கிறான்.

அப்போது பக்தர் ஒருவர் ஒரு தட்டு நிறைய வெற்றிலை, பாக்கு, பழம் உள்ளிட்டவைகளைக் கொண்டுவந்து பெரியவாளின் பாதங்களில் சமர்ப்பித்தார்.

அந்தத் தட்டைப் பார்த்த காஞ்சி மகான், "இது என்ன?" என்று வெற்றிலையைச் சுட்டிக் காட்டி அந்த மாணவனிடம் கேட்டார்.

"வெற்றிலை" என்றான் அவன்.

"அதற்கு வெற்றிலை என்று ஏன் பெயர் வந்தது தெரியுமா?" என்று கேட்டார்.

தாவர இயல் மாணவன் ஆயிற்றே! தாவரத்தைப் பற்றிய கேள்வியைக் கேட்டார்.

அதற்கான விடை அவனுக்குத் தெரியவில்லை. வெற்றிலை என்று எல்லோரும் அழைக்கிறார்கள். அப்படித்தான் அவனும் அழைக்கிறான். நாமும் அப்படித்தான்.

எனவே பதில் சொல்லத் தெரியாமல் மௌனமாக நின்றான்.

“வெற்றிலைக் கொடிக்காலைப் பார்த்திருக்கிறாயா? அநேக மாக எல்லாக் கொடிகளும் வளர்ந்த பிறகு பூ பூக்கும். காய் காய்க் கும். ஆனால் இதில் மட்டும்தான் பூவும் கிடையாது; காயும் காய்ப்ப தில்லை. வெறும் இலையை மட்டுமே கொண்ட தாவரம் என்பதால் தான் இதற்கு வெற்றிலை என்று பெயர்” என்று விளக்கமாகக் கூறினார் பெரியவா.

மாணவனும் மற்றவர்களும் திகைத்துவிட்டனர்.

நிறைந்த உதவி

பெற்றோரை இழந்த ஒரு சிறுவன். அவனது தங்கை. இருவரும் அனாதைகளாகக் கைவிடப்பட்ட நிலையில் இருந்த போது அவர்களது உறவினர் அக்குழந்தைகளை வளர்ப்பதாக அறிவித்தார்.

அந்த மனிதரின் உயரிய நோக்கத்தை அனைவருமே பாராட்டி குழந்தைகளை அவரோடு அனுப்பி வைத்தனர். அவர் வசிப்பது மும்பை என்பதால் அண்ணன், தங்கையை அங்கே அழைத்துச் சென்றார்.

ஆனால் அந்தக் குழந்தைகளைப் பாசமாக வளர்ப்பதற்குப் பதிலாகத் தங்கள் வீட்டு வேலைக்காரராக வளர்க்க ஆரம்பித்தார். கொஞ்சம் மீந்துபோன உணவு. அதிக வேலை என்று கொடுமையின் உச்சகட்டப் பிடியில் சிக்கித் தவித்தனர் அந்தக் குழந்தைகள்.

இந்தக் கஷ்டநிலை கண்டு பொறுக்க முடியாத அச்சிறுவன் அடுத்து என்ன செய்வது என்று கவலையோடு யோசித்தான். அவனது தந்தை தினமும் காஞ்சிப் பெரியவரின் படத்தை வணங்குவதை அவன் அடிக்கடி பார்த்திருக்கிறான்.

அவரிடம் நேரில் சென்று முறையிட்டால் என்ன என்ற எண்ணம் எழுந்தது. அதுவரை அவரை அவன் நேரில் பார்த்தது கிடையாது என்றாலும் அதுவே சிறந்த வழி என்று தோன்றியது.

ஒருநாள் தன் தங்கையிடம் மட்டும் சொல்லிக் கொண்டு ரயிலேறி விட்டான்.

சென்னையை வந்தடைந்த அவன் நேராக காஞ்சிபுரம் சென்றான். மடத்தில் மகானைத் தரிசிக்க பக்தர்கள் கூட்டம் திரண்டிருந்தது. கூட்டத்தோடு கூட்டமாகச் சென்று அமர்ந்து கொண்டான்.

பெரியவர்கள் யாருடைய துணையும் இல்லாமல் அங்கே இருந்த அவனைப் பிற பக்தர்கள் பலரும் துச்சமாகவே மதித்து ஒதுக்கிய காட்சியும் நிகழ்ந்தது.

தூரத்தில் அமர்ந்த அவன் பெரியவாளைப் பார்த்ததும் உணர்ச்சிவசப்பட்டான். கண்களில் இருந்து அருவியாய் கண்ணீர்.

அவனைக் கவனித்த பெரியவா, தன் அருகில் வந்து அமருமாறு கட்டளையிட்டார். அப்படியே வேகமாகச் சென்று ரொம்பப் பக்கத்தில் அமர்ந்து கொண்டான். கண்களில் வழிந்த கண்ணீர் மட்டும் நிற்காமல் வழிந்து கொண்டே இருந்தது.

பக்தர்கள் அனைவருக்கும் தீர்த்தம் வழங்கி முடித்ததும் கடைசியாக அவனைப் பார்த்த பெரியவா, "என்ன, சொல்லு" என்றார்.

மடை திறந்த வெள்ளம்போலத் தன் மனதில் அடக்கி வைத்திருந்த குமுறல்களைக் கொட்டித் தீர்த்தான் சிறுவன்.

அத்தனையையும் கேட்ட பெரியவா, "சாப்ட்டியா?" என்று கரிசனமாகக் கேட்க, "மும்பையில் ரயிலேறும்போது சாப்ட்டேன்" என்றான்.

"இங்கே சாப்பிட்டு, இங்கேயே இன்னிக்குத் தங்கிவிடு" என்றார் பரமாச்சாரியார்.

அப்படியே அங்கே மடத்திலேயே சாப்பிட்டு, மடத்திலேயே இரவுப் பொழுதையும் கழித்தான்.

மறுநாள் தரிசனம் வழங்க பெரியவா தயாரானபோது சிறுவனை ஓரமாக அமரச் சொன்னார்.

பக்தர்கள் கூட்டத்தில் அமர்ந்திருந்த ஒருவரைப் பார்த்து, 'சங்கரநாராயணன் என்பவரைச் சுட்டிக்காட்டி, "உனக்கு டைம் வந்துடுத்து. இதோ இவர் கையைக் கெட்டியாப் புடிச்சுக்கோ" என்றார்.

அப்படியே சங்கரநாராயணனைப் பார்த்து, "இவனையும், இவன் தங்கையையும் நன்னா வளர்க்கறது உன் பொறுப்பு. குழந்தை இல்லையேன்னு கவலைப்பட்டாய் அல்லவா?" என்றார்.

சங்கரநாராயணன் என்பவர் பரமாச்சாரியாரின் தீவிர பக்தர். ஸ்டேஷன் மாஸ்டராகப் பணியாற்றி வந்தவர். குழந்தை பாக்யம் இல்லை என்ற கவலையோடு பரமாச்சாரியாரை வேண்டி வந்தவர்.

அந்த ஸ்டேஷன் மாஸ்டர் மகிழ்ச்சியின் உச்சத்திற்கே சென்றார். அவர் கண்களில் ஆனந்தக் கண்ணீர். அப்படியே நன்றி தெரிவிக்கும் விதமாகப் பெரியவா பாதங்களில் சாஷ்டாங்கமாக விழுந்து வணங்கினார்.

அப்புறம் அந்தச் சிறுவன் மும்பைக்குச் சென்று தனது தங்கையையும் அழைத்து வந்தான். ஸ்டேஷன் மாஸ்டர் தனது குழந்தைகளைப் போலவே அவர்களை வளர்த்து ஆளாக்கினார்.

அச்சிறுவன் நன்றாகப் படித்துப் பெரிய உத்யோகத்தில் கை நிறைய சம்பளம் வாங்கினான்.

அவன் தங்கைக்கு சங்கரநாராயணன் ஊரே வியக்கும் அளவில் பிரம்மாண்டமாகத் திருமணமும் நடத்தி வைத்தார்.

காஞ்சி மகானுக்கு விசுவாசமாகவே இருந்த அச்சிறுவன், தனது செலவு போக மீதமுள்ள பணம் முழுவதையும் சேமிக்க வேண்டும் என்ற எண்ணம் தவிர்த்து, மாதம்தோறும் வந்து சங்கர மடத்திற்கே நன்கொடையாக வழங்கி வருவது புல்லரிக்கச் செய்யும் உண்மை.

பெரியவா மகிமையில் இதுவும் குறிப்பிடத்தக்க ஒன்று.

மிருக சாபம்

ஒரு பெற்றோர் அழுது புரண்டபடி தங்களின் குழந்தையைத் துக்கிக் கொண்டு மடத்திற்கு ஓடி வந்தார்கள். அந்தக் குழந்தை பேச்சு மூச்சின்றிக் காணப்பட்டது.

“பெரியவா... எங்க குழந்தை அடிக்கடி இப்படி மயங்கி விழுகிறது. தண்ணி தெளிச்சா கொஞ்சம் சரியாகுது. ஆனா திரும்பவும் பேச்சு மூச்சில்லாமப் போயிடுது. எங்க குழந்தையை எப்படியாவது காப்பாத்திக் கொடுங்க பெரியவா” என்று அந்தப் பெற்றோர் கதறி அழுதனர்.

துளிசி தீர்த்தத்தைக் குழந்தையின் மீது தெளித்தார் பெரியவா. அப்புறம், “மாயவரத்துக்குப் போய் மயூரநாதர் சன்னதியில் படுக்க வையுங்கோ” என்றார் பரமாச்சாரியார்.

ஆனால் அவர்களது உறவினர்களுக்கு அதில் நம்பிக்கை ஏற்படவில்லை. குழந்தை பேச்சு மூச்சில்லாமல் கிடப்பதால் நல்ல டாக்டரிடம் போய்க் காண்பிப்பதை விட்டு இப்படி கோயிலுக்கு போவதெல்லாம் சரியாக இருக்காது என்று அவர்கள் கூறினர்.

ஆனால் குழந்தையின் பெற்றோரோ பெரியவாளின் பேச்சை மதித்து நடப்பதே உகந்தது என்று முடிவு செய்து மாயவரத்திற்கே போயினர்.

நடை சாத்துவதற்குள் மயூரநாதர் கோயிலை அடைந்து சன்னதியில் ஒரு துணியை விரித்து குழந்தையைக் கிடத்தினர். அப்போதும் அவரது உறவினர்கள் திட்டிக் கொண்டே இருந்தனர். டாக்டரிடம் கொண்டு போகாமல் குழந்தைக்கு ஏதாவது ஆபத்து ஏற்பட்டுவிடப் போவதாகப் பயமுறுத்தவும் செய்தார்கள்.

இந்நிலையில் எங்கிருந்தோ ஒரு பூனை ஒன்று அங்கு வந்தது. குழந்தையின் அருகே வந்து பார்த்தது. பிறகு குழந்தை நெற்றியில் முகர்ந்து பார்த்துவிட்டு அங்கிருந்து போய்விட்டது.

சற்று நேரத்தில் குழந்தைக்கு மூச்சு வந்துவிட்டது. மயக்க நிலை தெளிந்து கை கால்களை அசைத்தது. மொத்தத்தில் அது நன்றாகக் குணமாகிவிட்டது.

பூனைக்கும் இதற்கும் என்ன சம்பந்தம் என்று அனைவரும் தலையைப் பிய்த்துக் கொண்டபோதுதான் தெரிந்தது, குழந்தைக்கு ஏற்பட்டிருந்தது மிருக சாபமாம். பூனையின் மூலமாக அது நீங்கிவிட்டது.

3 மங்கையர்

பரமாச்சாரியாரின் பக்தர்களின் வரிசையில் பெண்களும் அடங்குவர். பெரியவாளைத் தரிசித்தபோது நிகழ்ந்த அற்புத ஆனந்தங்களும், பெண் குலத்திற் கேற்ற அறிவுரைகளை பெரியவா வழங்கிய தும் நாம் அவசியம் தெரிந்து கொள்ள வேண்டும்.

கற்பக விருட்சம்

கி.வா.ஜ. என்று அன்போடு அழைக் கப்பட்ட கி.வா. ஜகந்நாதன் என்னும் தமிழ் அறிஞரை அறியாத தமிழர்களே இருக்க முடியாது.

ஒருமுறை மயிலாப்பூரில் முகாமிட்டிருந்த காஞ்சிப் பெரியவாளைத் தரிசிப்பதற்காக கி.வா.ஜ.வின் மருமகள் திரிபுரசுந்தரி சென்றார். அங்கே பக்தர்

களின் வரிசை மிக நீண்டு காணப்பட்டது. திரிபுரசுந்தரியும் வரிசையில் காத்திருந்தார்.

வரிசை மெல்ல மெல்ல ஊர்ந்து சென்றது. ஒருவழியாக திரிபுரசுந்தரி மகானின் சந்நிதியை அடைந்தார்.

அப்போது மகா பெரியவாளிடம் திரிபுரசுந்தரி அறிமுகம் செய்து வைக்கப்பட்டார். தான் கொண்டு வந்த பழங்கள், பூக்கள் உள்ளிட்ட பொருட்களை மூங்கில் தட்டில் வைத்து காணிக்கையாக்கி நமஸ்கரித்தார் அந்தப் பெண்மணி.

திரிபுரசுந்தரியை ஆசிர்வதித்த பெரியவா, "மெட்ராஸில் எங்கே தங்கி இருக்கிறாய்?" என்று கேட்டார்.

"மயிலாப்பூரில் தங்கி இருக்கிறேன் சுவாமி" என்று அவர் பதிலளித்தார்.

"அங்கே கோயிலுக்குப் போகிற பழக்கமெல்லாம் உண்டா?" என்று கேட்டார்.

"ஆமாம் சுவாமி. அதிலும் கபாலீஸ்வரர் கோயிலுக்கு அடிக்கடி போவது உண்டு. கற்பகாம்பாள் என்றால் எனக்கு ரொம்பவும் பிடிக்கும்" என்றார் திரிபுரசுந்தரி படுஉற்சாகமாக.

"அப்படியா! அப்படி என்றால் கற்பகாம்பாளிடம் என்ன வேண்டிக் கொள்வாய்?" என்று கேட்டார் பரமாச்சாரியார்.

"எப்போதும் உலக நலனுக்காகவே வேண்டிக் கொள்வேன். கடவுளிடம் நமக்கென்று எதுவும் வேண்டிக் கொள்ளக்கூடாது என்று என் மாமனார் சொல்லிக் கொடுத்துள்ளார்" என்றார் திரிபுரசுந்தரி அடக்கமாக.

"பலே... பலே" என்று பாராட்டிய பெரியவா, "நான் ஒன்று சொல்றேன். நன்னா கேட்டுக்கோ. உன்னுடையே போன பிறவியில் நீ செய்த புண்ணியத்தினால்தான் இப்போது மயிலாப்பூரில் வசிக்கும் பாக்யம் கிடைத்திருக்கிறது. இங்கே இருக்கிற கற்பகாம் பாள் யார் தெரியுமா?

கற்பக விருட்சம்!

தேவலோகத்தில் கற்பக விருட்சம் என்று ஒரு மரம் இருக்கிறது. அதனடியில் நின்னுண்டு யார் என்ன கேட்டாலும் அந்த விருட்சம் உடனே கொடுத்துவிடும். அதுபோல இந்த கற்பகாம்பாள் சந்நிதிக்கு முன்பாக நின்னுண்டு நீ என்ன

கேட்டாலும் அம்பாள் கொடுத்துடுவா" என்று மகா பெரியவா கூறினார்.

இதைக்கேட்டு திரிபுரிசுந்தரி உணர்ச்சிவசப்பட்டு ஆனந்தக் கண்ணீர் சொரிந்தார். அங்கு திரண்டிருந்த பக்தர்கள் அனைவரும் பரவசத்தில் புல்லரித்துப் போயினர்.

மீண்டும் தொடர்ந்து பேசிய பெரியவா, "எத்தனை ஜென்மம் எடுத்தாலும் மயிலாப்பூரிலேயே பிறக்க வேண்டும். அம்பாளைத் தரிசித்துக் கொண்டே இருக்க வேண்டும். கற்பகாம்பாளின் பார்வையில் யாரும் பசியோடு இருக்கவே கூடாது. மயிலாப்பூரில் இருக்கிற பிச்சைக்காரர்கள், நாய்கள் போன்ற அனைத்து உயிரினங்களுக்கும் அம்பாள்தான் சாப்பாடு போடுறா" என்றார்.

இதைக்கேட்டு மெய்சிலிர்த்துப்போன திரிபுரசுந்தரி மீண்டும் ஒருமுறை மகா பெரியவாளை வணங்கிச் சென்றார்.

வேலைக்குப் போகும் பெண்கள்

வேலைக்குப் போகும் பெண்களைப் பற்றிய தெளிவான கருத்துக்களைக் கொண்டிருந்தார் பரமாச்சாரியார்.

"வீட்டையும் கவனித்துக் கொண்டு வேலைக்கும் போவது என்றால் இரண்டிலுமே 'டெடிகேஷன்' குறைந்து போகும். இந்த மாதிரி இரட்டைப் பொறுப்பு எடுத்துக் கொண்டால் தாக்குப் பிடிக்க முடியாத ஸ்ட்ரெயினாகி ரொம்பவும் திணறி சிரமப்படும் நிலை ஏற்படும்.

ஆபீஸ் போவதற்காக வீட்டுக் காரியத்தை அரக்கப் பரக்க அரைகுறையாகச் செய்வது, அதேபோல ஆத்துக்குத் திரும்ப வேண்டும் என்பதற்காக ஆபீஸில் அவசர கோலமாக வேலை பண்ணுவது என்றாகி இரண்டுக்குமே பழுது ஏற்படும்.

இப்படி வேலைகளில் பழுது ஏற்படுவது ஒரு பக்கம் இருக்கட்டும், தப்பான ஆசையினால் இப்படிப்பட்ட பழுதை ஏற்படுத்துகிற ஸ்திரீக்கு அதனால் பாபமும் சம்பவிக்கும். பாபத்துக்குக் கூலியாகப் பல விதங்களில் கஷ்டம் வந்து சேரத்தானே செய்யும்?

வீட்டு வேலைக்குக் குந்தகம் என்பதால் மட்டும்தான் ஸ்திரீ களுக்கு உத்யோகம் வேண்டாம் என்று சொல்லவில்லை. ஒரு வேளை வீட்டையும் நன்றாகக் கவனித்துக் கொண்டு உத்யோகமும் முறைப்படி பார்க்க முடிந்தாலும் அது வேண்டாம்தான்.

ஏனென்றால் உத்யோகம் என்று வருகிறபோது லோக விவகாரம் பலவற்றுக்கும் ஈடுகொடுத்து ஆக வேண்டியிருக்கும். பல பேரிடை புழங்கிக் கொண்டு, பலவித நெருக்கடிகளையும் சமாளித்தாக வேண்டியிருக்கும். இதனால் உள்ளூர ஸ்திரீத்வம், பெண்மை என்பதற்கே ஆணிவேரான மென்மையானது அடிபட்டுப் போகத்தான் செய்யும்.

அந்த மென்மையின் வெருமை இன்றைய ஸ்திரீகளுக்குத் தெரியாவிட்டாலும், வாஸ்தவத்தில் அப்படி ஸ்திரீத்வத்தைக் காப்பாற்றிக் கொண்டிருக்கும்போது அடைகிற நிறைவான சாந்தியும், ஆனந்தமும் அதிகமாக அமையும். இதை எந்தவொரு பதவிய மற்றும் சம்பாத்யமும் தரவே தராது.

தான் தானாக இருக்கிற இயற்கை நிலையின் பரிபூர்ண நிறைவு, ஸ்திரீ ஆனவள் புருஷன் மாதிரி இருக்கிற செயற்கை நிலையில் எப்படிக் கிடைக்கும்?" என்று பரமாச்சாரியார் பெண்கள் வேலைக்குச் செல்வதைப் பற்றிய உறுதியான கருத்தினை வெளிப் படுத்தியுள்ளார்.

தேக ஆரோக்யம்

"**ப**த்திரிகையில் வேடிக்கையாகப் போட்டிருந்தார்கள். அரைக்கிறது, கரைக்கிறது முதலான காரியங்கள் உடம்பால் உழைத்துப் பண்ணினால் அதுவே ஒரு ஸ்திரீக்கு யோகாசனம் பண்றதுக்கும் மேலாக தேக ஆரோக்யத்தைக் கொடுத்துவிடும்.

ஆனால் அப்படிப் பண்ணாமல் இந்த மாதிரி வேலைக்கு எல்லாம் இப்போது புதிதாக மிக்சி, கிரைண்டர் மாதிரி என்னென்னமோ உபகரணங்கள் வந்துவிட்டன.

அவற்றை ஸ்திரீ வாங்குகிறாள். கையை, உடம்பை அசைத்து, தான் ஒன்றுமே பண்ணாமல் மெஷின்கள் மூலமாகவே பண்ணிக் கொள்கிறாள்.

அதனால் உடம்புக்கான பயிற்சி எதுவும் சரிவர இல்லாமல் போய், நிறைய கோளாறுகள் வருகின்றன. ஆபீஸ் வேலையில் தேகப் பயிற்சி எதுவும் கிடையாதே! இன்னும் சொல்லப் போனால் தேக ஆரோக்யத்துக்கும் கேடு வந்து சேருகிறது.

அப்புறம் டாக்டரிடம் போகிறாள். அவரோ பிசியோதெரபி பண்ணுகிறார். அதில் அந்த ஸ்திரீயை என்ன பண்ணச் சொல்கிறார் தெரியுமா? அம்மியில் ஓட்டி ஓட்டி அரைக்கிற மாதிரி

கல்லுரலில் சுழற்றிச் சுழற்றி அரைக்கிற மாதிரியெல்லாம் பண்ணச் சொல்கிறார். அதுக்கு கையில் ஏதோ பந்தைக் கொடுத்து எக்சர்சைஸ் பண்ண வைக்கிறார்.

ஒழுங்காக அகத்துக் காரியங்களைச் செய்யாமல் போவதால் ஆரோக்யம் கெடுகிறது. செலவு செய்து மெஷின்கள் வாங்க வேண்டியிருக்கிறது. டாக்டருக்கு நிறைய செலவு செய்ய வேண்டி இருக்கிறது. வைத்தியத்திற்குப் போவதால் ஆபீசில் அவ்வப்போது பர்மிஷன், லீவு போட வேண்டியிருக்கிறது.

இதனால் தேவையில்லாமல் டென்ஷன் ஏற்படுகிறது. அதனால் நரம்புக் கோளாறு, மனசில் பாதிப்பு ஏற்பட்டு உடம்பு இன்னும் சீர்கெட்டுப் போகிறது.

பழைய காலத்துப் பொம்மனாட்டிகளை எடுத்துக் கொள்ளுங்கள். அவர்கள் அகத்துக் காரியங்களுக்கு அஞ்சவே மாட்டார்கள். இழுத்துப் போட்டுக் கொண்டு எதையாவது செய்து கொண்டே இருப்பார்கள். அதாவது மாவு இடிப்பது, புடைப்பது, வடாம், அப்பளம் என்று ஏதாவது பண்ணிக் கொண்டே இருப்பார்கள். குனிந்து நிமிர்ந்து கையைக் காலை ஆட்டிப் பண்ணியதுதான் அவர்களுக்கு நல்ல பசியை உண்டாக்கியது. அதற்கேற்ப சாப்பிட்டு உடம்பை நல்ல ஆரோக்யமாக வைக்க உதவியது. இப்போது பொம்மனாட்டிகள் மாத்திரையும் கையுமாக இருக்கிறார்கள்.

குனிந்து, நிமிர்ந்து கோலம் போட்டார்கள். தரையில் உட்கார்ந்து சாப்பிட்டார்கள். அதனால் சுகப் பிரசவம் நடந்தது. ஆனால் இன்று? டைனிங் டேபிள் சாப்பாடு வந்துவிட்டது இந்த ஃபேஷன் உலகத்தில் கோமயம் (சாணம்) காணாமல் போய் விட்டது. ஆனால் கோமயம் நல்ல கிருமி நாசினி என்ற ரஷ்ய சயன்டிஸ்ட் சொல்கிறான். நம்முடையே ஃபேஷன் யுகத்தில் ஸ்திரீகளுக்கு அது சரிப்பட்டு வரவில்லை.

இன்னொரு முக்கியமான விஷயம், நம்ம நாட்டு ஆகாரத்துக்கு டேபிள் சாப்பாடு சரியானது கிடையாது என்று வெள்ளைக்கார டயடீஷியன் ஒருவன் சொல்லி இருக்கிறான்.

நாற்காலியில் உட்கார்ந்து கொண்டும், காலைத் தொங்கப் போட்டுக் கொண்டும் இந்தியர்கள் தங்கள் சாப்பாட்டை சாப்பிடுவது ஜீரணத்துக்கு உகந்ததில்லை. அடி வயிற்றில் இருந்து மேலே சற்று பிரஷ்ஷர் கொடுக்கிற மாதிரி, காலை மடித்துக் கொண்டு உட்கார்ந்து சாப்பிட்டாலே அந்த தினுசு ஆகாரம் செரிப்பதற்கு உதவியாக இருக்கும் என்று சொல்லியிருக்கிறான்.

புருஷர்கள் சப்பணம் இட்டுக்கொண்டு உட்காருவதும், ஸ்திரீகள் ஒரு காலைத் தரை சேர மடித்து, இன்னொன்றைக்

குத்திட்டு வைத்துக் கொள்வதும்தான் நம் தேச ஆகாரம் உண்ணும் முறை. குத்திட்ட காலைக் கையால் கட்டவே கூடாது. அது மூதேவி. கையைக் காலுக்கு உட்பக்கமாகவே வைத்திருக்க வேண்டும்.

அதுவே ஸ்ரீதேவி” என்று நவநாகரீக உலகின் தவறான பழக்க வழக்கங்களால் பெண்கள் பாதிக்கப்படுவது பற்றித் தெளிவாக விளக்கி உள்ளார் பரமாச்சாரியார்.

கோலம்

சின்னக் காஞ்சிபுரத்தில் ஒருநாள் விடிகாலைப் பொழுதில் கோயில் பிரதட்சணம் செய்தார் பெரியவா. அவருடன் வந்தவர்களும் விஷ்ணு சகஸ்ரநாமத்தைப் பாராயணம் செய்தார்கள்.

நான்கு வீதியிலும் வலம் வந்து கொண்டிருந்தபோது ஒரு வீட்டின் வாசலில் பெண் குழந்தை ஒன்று கோலமிட்டுக் கொண்டு இருந்தது.

அங்கே பெரியவா நின்றார். அக்குழந்தை கோலமிடுவதைப் பார்த்தபடி நின்றார்.

பிறகு அந்தப் பெண் குழந்தையிடம், “பேஷ்! கோலம் நன்னாப் போடறே. ஆனால் கோலம் அரிசி மாவில்தான் போடணும். அப்போதுதான் ஈ, எறும்பு, பட்சியெல்லாம் அரிசி மாவை சாப்பிடும். கோலம் போட்ட உனக்கு மனசார நன்றி தெரிவிக்கும். சந்தோஷமா உன்னை நினைக்கும். இப்படி மொக்கு மாவில் கோலம் போட்டால் அது எந்த ஜந்துவுக்கும் உபயோகப்படாது இல்லையா?” என்று கேட்டார்.

இதைப் புரிந்து கொண்ட அந்தப் பெண் குழந்தை தலையை அழகாக ஆட்டிவிட்டு பெரியவாளுக்கு நமஸ்காரம் செய்தது.

பரமாச்சாரியாரின் இந்த அறிவுரை அந்தப் பெண் குழந்தைக்கு மட்டுமா? அத்தனைப் பெண்மணிகளுக்கும்தான்.

கத்தரிக்காய்

ஒருமுறை ஸ்ரீமடத்திற்கு தனது குடும்பத்தினருடன் வந்திருந்த பக்தர்களில் ஒருவர் மூட்டை மூட்டையாகக் காய்களைக் கொண்டு வந்திருந்தார்.

பெரியவாளை அவர் நமஸ்கரித்தபோது, “அதென்ன மூட்டையில்?” என்று கேட்டார்.

"கத்தரிக்காய் சுவாமி. எங்கள் தோட்டத்தில் காய்த்தது. மடத்திற்கு பிரயோஜனப்படுமே என்று காணிக்கையாகக் கொண்டு வந்தேன்" என்றார் அந்த பக்தர்.

"என்ன கத்தரிக்காய்? தரையில் கொட்டி காண்பி" என்றார் பரமாச்சாரியார்.

உடனே மூட்டையைப் பிரித்து அதிலிருந்து நான்கைந்து கத்தரிக்காய்களை எடுத்து ஒரு தட்டில் வைத்து பெரியவா முன் வைத்தார்.

அதை உற்றுப் பார்த்த காஞ்சிப் பெரியவர், "முள் கத்தரிக்காய் இல்லையே? நல்லவேளை, முள் கத்தரிக்காய், வெள்ளைக் கத்தரிக் காய்களை இங்கே உபயோகப்படுத்துவதில்லை. 'நிஷித்த வஸ்து' என்று சொல்வார்கள்" என்றார்.

ஆக, முள் கத்தரிக்காய், வெள்ளைக் கத்தரிக்காய் ஆகியவற்றை தவிர்ப்பது நல்லது என்பதுதான் பெரியவாளின் உபதேசம். இதை பெண்மணிகள் புரிந்து கொள்ள வேண்டும்.

அம்மா

"**தா**யன்பு கலப்படமற்றது. அதைப்போன்ற சுத்தமான அன்பை வேறெங்கும் பார்க்கவே முடியாது. பிள்ளை எப்படி வேண்டுமானாலும் இருக்கலாம். முரடனாக இருக்கலாம். அடங் காத பிள்ளையாக இருக்கலாம். அன்பைக் காட்டாதவனாக இருக் கலாம். ஆனால் தாயானவள் அதையெல்லாம் பொருட்படுத்தவே மாட்டாள். பரிபூர்ண அன்பைச் செலுத்திக் கொண்டே இருப்பாள். 'பெற்ற மனம் பித்து; பிள்ளை மனம் கல்லு' என்பார்கள்.

'தேவி அபராத க்ஷமாபன ஸ்தோத்திரம்' என்று அம்பாளிடம் நம் குறைகளைச் சொல்லி மன்னிப்புக் கேட்டுக் கொள்கிற துதி ஒன்று உள்ளது. அதில், 'துஷ்டப்பிள்ளை இருப்பதுண்டு. ஆனால் துஷ்ட அம்மா என்று ஒருத்தி கிடையவே கிடையாது' என்று வருகிறது.

பரிபூர்ணமாக அன்பையும், தன்னலமே இல்லாத உழைப்பை யும் அம்மா ஒருத்தியிடம் மட்டுமே பார்க்க முடியும்.

'அம்மா' என்று கன்றுக்குட்டி கத்துவதில் உள்ள ஆத்மார்த்த உணர்வு மாதிரி வேறெங்கும் அன்பைப் பார்க்க முடிவதில்லை. இதைப் பார்த்துத்தான் மனுஷ்ய ஜாதி 'அம்மா' என்று கூப்பிட ஆரம்பித்திருக்கலாம் என்று தோன்றுகிறது.

தமிழில் மட்டுமல்லாமல் தெலுங்கு, கன்னடம், மராத்தி பாஷைகளிலும் 'அம்மா' என்றுதான் அழைக்கிறார்கள்.

மலையாளத்தில் 'அம்மை' என்கிறார்கள். சமஸ்கிருதத்தில் 'மா' என்றும், 'அம்பா' என்றும் சொல்வதுண்டு. இந்தியில் 'மா' என்றும், 'மாயி' என்றும் அழைக்கிறார்கள். ஆங்கிலத்தில் 'மம்மி' என்றும், 'மம்மா' என்றும் அழைக்கப்படுகிறது. இவை அனைத்துமே கன்றுக்குட்டியின் 'அம்மா' என்பதில் இருந்து வந்தவையாகத்தான் இருக்க வேண்டும்.

இந்த அம்மாவின் அன்பு ஒரு பக்கம் இருக்கட்டும். இவள் இந்த சரீரத்திற்கு மட்டும்தான் அம்மா. அவளுடைய அல்லது நம்முடைய சரீரம் போன பிறகு இந்த அம்மாவுக்கும் நமக்கும் சம்பந்தமே இல்லை. அப்புறம் வேறு கர்ப்பவாஸம். வேறே அம்மாள் வருவாள்.

இப்படிச் சரீரத்திற்கு மட்டும் அம்மாவாக இல்லாமல், உயிருக்கு அம்மாவாக இருக்கிற ஒருத்தி இருக்கிறாள்.

சரீரம் அழிகிற மாதிரி உயிர் அழிவதில்லை. இந்தச் சரீரம் போன பிறகு அந்த உயிர் இன்னொரு சரீரத்திற்குப் போகிறது. இந்த உயிரின் அம்மாதான் நமக்கு சாசுவதமாக, நிரந்தரமாக, எந்நாளும் தாயாராக அம்பாள் இருந்து கொண்டிருக்கிறாள்" என்றார் பரமாச்சாரியார்

தென்கலை

வைஷ்ணவ குலத்தைச் சேர்ந்த ஒரு பெண்மணி ஸ்ரீமடம் வந்து பெரியவாளைத் தரிசனம் செய்தாள். அவர்கள் மரபுப்படி பெரியவாளை நமஸ்காரம் செய்துவிட்டு நின்றாள். அவள் கண்களில் ஏக்கமும், எதிர்பார்ப்பும், நம்பிக்கையும் கலந்து கிடந்தது.

பரமாச்சாரியாரிடம் தயங்கித் தயங்கி மெல்ல ஆரம்பித்தாள். "எங்க குடும்பத்தில் பலவிதமான கஷ்டங்கள். ஒரு பெண்ணுக்குக் கல்யாணம் ஆகி ஏழெட்டு வருஷமாகிறது.. குழந்தை இல்லை. இன்னொரு பெண்ணுக்கு வயது எகிறிக்கொண்டே போகிறது. வரன் அமைய மாட்டேன்கிறது. பையனுக்கோ படிப்பே வரலை. பணக் கஷ்டம் வேறு. கேரளா போய் நம்பூதிரி ஒருவரிடம் பிரசன்னம் பார்த்தோம். பித்ரு தோஷம் என்றார். பித்ரு கர்மாக்களை ஒழுங்காகப் பண்ணாமல் விட்டதனால் ராமேஸ்வரம் போய் பரிகாரம் பண்ணச் சொல்கிறார். வைஷ்ணவ சம்பிரதாயப் படி ராமேஸ்வர யாத்திரை, பரிகார சடங்கு எதுவும் பண்ணக் கூடாது. என்ன பண்றது என்று தெரியலை. பெரியவாதான் நல்ல வழி காட்டணும்" என்றார் துயரத்தோடு முட்டி வந்த அழுகையை அடக்கிவாறே.

"நீங்க தென்கலையா?" என்று கேட்டார் பரமாச்சாரியார்.

"ஆமாம்" என்றாள் அந்தப் பெண்மணி.

"உப்புச்சாறு, சாணிச்சாறு, சடைச்சாறு ஆகிய மூணும் தென் கலைக்குக் கிடையாது" என்றார் அமைதியாக.

அதற்கு அந்தப் பெண்மணியும், "ஆமாம். எங்க அம்மாவும் உப்புச்சாறு, சாணிச்சாறு, சடைச்சாறு என்று சொல்லுவா" என்றாள்.

"அதேதான். ராமேஸ்வர சமுத்திர ஸ்நானம் என்பது உப்புச் சாறு. பஞ்சகவ்ய பிராசனம் என்பது சாணிச்சாறு. கங்காஸ்நானம் என்பது சடைச்சாறு. பரமேஸ்வரனுடைய சடையில் இருந்து தானே கங்கை வருகிறது! அதனால் சம்பிரதாய விரோதமாகப் போக வேண்டாம். அதற்குப் பதிலாக நித்யம் சாளக்ராமம் (பெருமாள்) திருவாராதனம் பண்ணி, திருமஞ்சன தீர்த்தம் சாப்பிட வேண்டும்.

அப்புறம் ஏகாதசி அன்று உபவாசம் இருந்து பால், பழம், கிழங்கு சாப்பிடலாம். அன்று உங்காத்துக்காரர் பன்னிரெண்டு திருமண் இட்டு திருவாராதனம் பண்ண வேண்டும். மறுநாள் துவாதசி அன்று சீக்கிரமாகவே திருவாராதனம் பண்ணிவிட்டு, துளசி தீர்த்தம் சாப்பிட்டு பாரணை பண்ண வேண்டும். தினமும் ஒரு பசு மாட்டுக்காவது ஒரு கைப்பிடி புல் தரவேண்டும். இப்படி உபவாசம் இருந்தால், சர்வபிராயச்சித்தம் பண்ணியதுபோல ஆகும்" என்றார் பெரியவா.

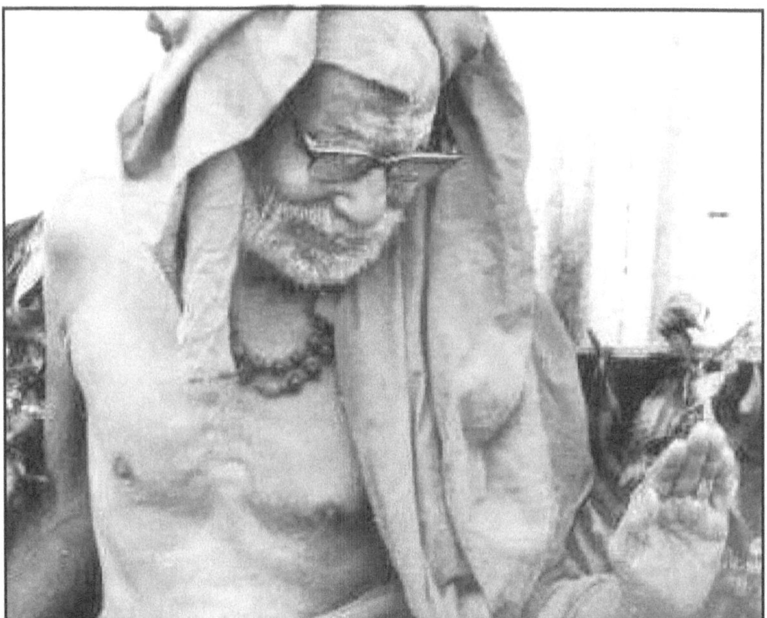

இதைக் கேட்டதும் ஆனந்த உச்சநிலையை அடைந்தாள் அந்தப் பெண்மணி. சந்தோஷத்தில் அவள் கண்களில் இருந்து மாலை மாலையாகக் கண்ணீர் வழிந்தோடியது.

“பெருமாளே வந்து சொன்ன மாதிரி இருக்கிறது. என்னென் னவோ நினைத்துக் குழம்பிக் கொண்டிருந்தேன். ராமேஸ்வரம் போகத்தான் வேண்டும் என்று சொல்வீர்களோ என்று பயந்தேன். சம்பிரதாயத்திற்கு விரோதம் இல்லாமல் வழி காட்டிவிட்டீர்கள்” என்றார் அந்தப் பெண்மணி நன்றி உணர்ச்சியோடு.

பணம்

ஓர் ஏழைப் பெண் வரிசையில் காத்திருந்து பெரியவாளை நமஸ்கரித்தாள்.

“ரொம்பவும் கஷ்டப்படுகிறேன். இரண்டு பிள்ளைகள். எங்காத்துக்காரர் போயி இரண்டு வருடமாகிவிட்டது. அவர் வேலை பார்த்த ஆபீசில் இருந்து என்னவோ பணம் வருமென்று சொன்னார்கள். இன்னும் வரவில்லை. பெரிய அதிகாரிகளிடம் எல்லாம் நேரில் போய்ச் சொல்லியும் வரவில்லை. பெரியவாதான் அருள் புரியணும்” என்று தேம்பி அழுதாள்.

அவளுக்கும், அவள் குழந்தைகளுக்கும் சாப்பாடு கொடுக்கும் படி மடத்து ஊழியர்களிடம் கூறினார் பரமாச்சாரியார்.. அப்படியே சாப்பிட்டுவிட்டு விடைபெற்றுக் கொள்ள வந்தபோது போக்குவரத்துச் செலவுக்காக இருபத்தைந்து ரூபாய் கொடுத்து அனுப்புமாறு கூறினார்.

அந்தப் பெண்ணும் அதைப் பெற்றுக் கொண்டு பஸ்ஸைப் பிடித்து ஊருக்குச் சென்றாள். அங்கே அவளுக்காக பதிவுத் தபால் ஒன்று காத்துக் கொண்டிருந்தது. அது அவளது கணவன் வேலை பார்த்த அலுவலகத்தில் இருந்தது வந்திருந்தது. அவரது பி.எப். கிராஜுவிட்டி என்று ஒன்றரை லட்சம் ரூபாய்க்கான செக் அதில் இருந்தது.

அத்தனையும் காஞ்சிப் பெரியவரின் அருளால்தான் நடந்தது என்பதை சட்டென்று புரிந்து கொண்டாள் அவள். மறுநாளே மறுபடியும் காஞ்சி மடத்திற்குச் சென்று பரமாச்சாரியாரைத் தரிசித்தாள்.

“தங்கள் அருளால் ஒன்றரை லட்சம் ரூபாய் பணம் அவரது அலுவலகத்தில் இருந்து வந்துவிட்டது சுவாமி. ரொம்ப நன்றி”

என்று கூறியபடி, பெரியவா கொடுத்து உதவிய இருபத்தைந்து ரூபாயை அவருக்கு எதிரே வைத்தாள் அந்தப் பெண்.

"இது சாமி கொடுத்த பணம். திருப்பித் தரவேண்டாம். நீயே வைத்துக் கொள். இந்த இருபத்தைந்து ரூபாய் வந்தபிறகுதானே லட்சம் ரூபாய் வந்தது. ஆகவே இதுவும் உன்கிட்டேயே இருக்கட்டும்" என்றார் காஞ்சி மகான்.

உத்தரவுக்குக் கீழ்ப்படிந்து அந்தப் பணத்தை எடுத்துக் கொண்டு போனாள் அந்தப் பெண்.

அவள் சென்ற பிறகு தனது சிஷ்யர்களிடம், "பணத்தைத் திருப்பி வாங்கிக் கொண்டிருந்தால் நானும் ஒரு வட்டிக்கடைக் காரன் ஆகியிருப்பேன்" என்றார் பரமாச்சாரியார்.

தானம்

காஞ்சி சங்கர மடத்தில் வழக்கம்போலவே அன்றும் பக்தர்கள் கூட்டம் அலைமோதியது.

அதில் நடுத்தர வயதுப் பெண்மணி ஒருவரும் இருந்தார்.

வரிசையில் வந்த அந்தப் பெண், பெரியவாளைக் கண்டதும் நமஸ்கரித்தாள். பரமாச்சாரியாருக்கு ஏற்கெனவே அந்தப் பெண்ணையும், அவரது குடும்பத்தையும் நன்கு தெரியும். ஒரு காலத்தில் செல்வச் செழிப்பில் பளபளத்த குடும்பம். தான தருமங்கள் செய்வதில் யாருக்கும் சளைத்தவர்கள் கிடையாது என்கிற மாதிரியான சேவை மனப்பான்மை அதிகம் உண்டு.

தற்போது பெரியவா முன்பு நின்ற அந்தப் பெண் சற்று தயக்கத்துடன் தனது கஷ்டங்களைப் படபடவெனப் பொரிந்து தள்ளினாள்.

"சுவாமி! எவ்வளவு செழிப்பாக வாழ்ந்தோமோ அதற்கு நேர் மாறாக இப்போது வறுமையில் உழன்று வருகிறோம். ரொம்பக் கஷ்டம். இந்த நேரத்தில் வீட்டில் கடைசிப் பெண்ணுக்கு வரன் அமைந்து கல்யாணமும் நிச்சயமாகிவிட்டது. கையிலோ பணமே கிடையாது. சிக்கனமாகக் கல்யாணத்தை நடத்தி முடித்துவிடலாம் என்றாலும் மூவாயிரம் ரூபாய் துண்டு விழுகிறது. என்ன செய்வது, யாரிடம் போய் கேட்பது என்றே புரியவில்லை. உங்களிடமே சரணாகதி அடைந்துவிடுவது என்று வந்துவிட்டேன்" என்று கண்கள் பனிக்க குமுறினாள் அந்தப் பெண்.

அவளது மோசமான நிலையைக் கேட்ட பெரியவாளுக்கு, வசதியோடு இருந்தபோது அந்தக் குடும்பம் செய்த அன்னதானம் பற்றிய காட்சிகள் மனத் திரையில் ஓடியது.

“கவலைப்படாதே. நான் சொன்னதாக மேனேஜரிடம் போய் மூவாயிரம் ரூபாய் வாங்கிக் கொள்” என்று ஆதரவாகப் பேசினார் பரமாச்சாரியார்.

ஆனால் அன்றைய நாட்களில் சங்கர மடத்தில் பணப்புழக்கம் மிகக் குறைவு. இது அந்தப் பெண்ணுக்கு நன்றாகத் தெரியும் என்பதால் ரொம்பவே தயங்கினாள் அந்தப் பெண்.

அதைப் பார்த்த பரமாச்சாரியார், “ஏன் தயங்குகிறாய்? நான் சொன்னதாகச் சொல்லி பணம் வாங்கிக் கொள்” என்று அந்தப் பெண்ணிடம் வலியுறுத்தினார்.

இதற்கு மேலும் தயங்குவது தவறு என்று தோன்றவே அந்தப் பெண் நேராக மேனேஜரிடம் சென்று நடந்ததைச் சொன்னாள்.

அவரோ அவளை சற்றுக் கோபமாகப் பார்த்தபடி, “நீ ஏன் சுவாமிகளைப் போய் நேரில் பார்த்தாய்?” என்று கடிந்தார்.

யாருமே எதிர்பாராத அந்தத் தருணத்தில் அங்கு வந்தார் பெரியவா. அவர்தான் சகலமும் அறிந்த ஞானி ஆயிற்றே!

“ஏன் சுவாமிகளைப் போய் நேரே பார்த்துக் கேட்டாய் என்று மேனேஜர் கேட்கிறாராக்கும்?'' என்ற பரமாச்சாரியார் மேனேஜரிடம் கூறினார்.

“சங்கர மடம் பணக் கஷ்டத்தில் இருப்பது எனக்கும் தெரியும். இந்தப் பெண்ணோட குடும்பம் நிறைய தான தர்மங்கள் செய்ததால் வறுமை நிலைக்கு வந்துவிட்டது. தர்மம் செய்தவர்கள் சிரமப்படக்கூடாது. இப்போது பெண் கல்யாணத்தை நடத்தப் பணமில்லாமல் சிரமப்படுகிறது. அதற்கு உதவுவதைவிட நமக்கு வேறென்ன இருக்கிறது? இந்தப் பெண்ணுக்கு உதவுவதால் நம் மடத்தை நன்றாக நடத்த முடியாமல் போனால்கூடப் பாதகமில்லை. எப்படியாவது பணத்தை சேர்த்து இந்தப் பெண்ணிடம் கொடு” என்றார்.

அப்படியே அந்தப் பெண்மணியிடம் திரும்பி, “கவலைப் படாதே. கல்யாணம் ஜாம்ஜாம் என்று கோலாகலமாக நடக்கும்” என்று ஆசி வழங்கினார்.

பென்ஷன்

அந்த மாலைப் பொழுதில் திரண்டிருந்த பக்தர்களுக்குத் தரிசனம் அளித்துக் கொண்டிருந்தார் காஞ்சிப் பெரியவர். அந்தப் பக்தர்கள் குழாமில் வெள்ளை உடை தரித்த ஒரு வயதான விதவைப் பெண்மணியும் இருந்தார்.

பகவான் பக்தர்கள் ஒவ்வொருவருக்காக அருளுரை வழங்கிக் கொண்டிருந்தபோது இந்த வயதான மூதாட்டியின் முறை வந்தது.

சங்கர மடத்திலேயே நீண்ட நாட்களாகத் தங்கி இருப்பவர்தான் அவர்.

"பெரியவாளிடம் ஒரு விஷயத்தைப் பற்றிக் கேட்கணும்" என்றார் அந்த மூதாட்டி.

"உனக்குமா பிரச்சனை?! சரி, சொல்லு" என்றார் மகான்.

"இப்போ வயசானவாளுக்கு சர்க்கார்ல பென்ஷனா மாசா மாசம் இருபது ரூபா பென்ஷன் தாராளாம்..." என்று இழுத்தார்.

"அதுக்கென்ன இப்போ?" என்று கேட்டார் பெரியவா.

"மடத்து மூலம் சிபாரிசு பண்ணா எனக்கும் அந்தப் பணம் கிடைக்குமோன்னோ" என்றார் அந்தப் பெண்மணி.

லேசாகப் புன்னகைத்த பரமாச்சாரியார், "கிடைக்குந்தான். ஆனா உனக்கு இங்க என்ன குறை? வேளா வேளைக்கு சாப்பாடு கிடைக்குது. உடுத்திக்க புடவையும் தர்றா. தங்கறதுக்கு மடத்திலேயே இடம் இருக்கு. இவ்வளவுக்கு அப்பறமும் உனக்கு எதுக்கு பணம்?" என்று கேட்டார்.

இப்படி சிக்கலாக பெரியவா ஒரு கேள்வியைக் கேட்பார் என்பதை அந்தப் பெண் எதிர்பார்க்கவில்லை. எனவே சற்றுத் திணறினார்.

ஆனாலும் சுதாரித்துக் கொண்டு, "சும்மா கவர்மெண்டில் குடுக்கறாளே! வாங்கிக்கலாமுன்னுதான்...." என்று அசடு வழிந்தார் அந்த மூதாட்டி.

"அப்படியா? அப்போ இந்த மடத்தில நானும் எந்தவிதமான ஆதரவும் இல்லாம ஒரு மூலையில இருக்கேன். நாம ரெண்டு பேரும் சேர்ந்து பென்ஷனுக்கு மனு போடலாமா?" என்று கிண்டல் மற்றும் குறும்பாகக் கேட்டார் பரமாச்சாரியார்.

உடனே அந்த மூதாட்டிக்கு வெட்கம் வந்து தலையைக் குனிந்து கொண்டார்.

பெரியவாளே தொடர்ந்தார்: "நமக்காவது மூணு நேரமும் ஒழுங்கா சாப்பிட சாப்பாடு கிடைக்கறது. வெயிலடிச்சாலும், மழை பெஞ்சாலும் ஒதுங்க ஒரு ஜாகை இருக்கு. உடலை மறைச்சுக்க துணியும் கிடைக்கறது. இதில் எதுவுமே இல்லாத ஏழைகள் எத்தனை பேர் இருக்கா! அவாளுக்குத்தான் கவர்மெண்ட்ல பென்ஷன் தர்றா. இந்த பென்ஷனை நான் உனக்கு வாங்கித் தந்தா

ஒரு ஏழைக்குக் கிடைக்க வேண்டிய உதவி கிடைக்காமப் போயிடும் இல்லையா?” என்று கேட்டார்.

சங்கர மடம் சிபாரிசு செய்தால் அந்த சிறு தொகை அந்த விதவை மூதாட்டிக்குக் கிடைக்கும். அதனால் அரசாங்கத்திற்கு இழப்பேதும் கிடையாது.

ஆனால் தவறான ஒரு நபருக்கு அரசின் உதவி கிடைப்பது நியாயம் கிடையாது. அத்துடன் அது ஒரு ஏழையை வஞ்சிப்பது போலவும் ஆகிவிடும்.

இந்தக் கருத்துக்களை முன்வைத்து பெரியவா பேசிய பேச்சு அந்த மூதாட்டிக்குப் புரிந்தது. தவறுக்கு வருந்தி நகர்ந்தார்.

மந்திரம்

வேலைக்குச் செல்லும் பெண் ஒருவர் பரமாச்சாரியாரை ஒருமுறை நமஸ்கரித்தார்.

அப்போது அவரிடம், “நான் வேலைக்குச் செல்வதால் பெரிதாக பூஜை புனஸ்காரங்கள் செய்து பகவானை வழிபாடு செய்ய நேரமில்லை. ஆனால் அவ்வாறு பூஜை செய்ய வேண்டும் என்று ஆர்வமாக இருக்கிறேன். சுலபமாக வழிபாடு செய்வதற்கு ஏதாவது மந்திரம் இருந்தால் எனக்கு பெரியவா அருள வேண்டும்” என்று வேண்டிக் கொண்டார்.

அதைக்கேட்ட பரமாச்சாரியார், “நான் ஒரு எளிய மந்திரத்தை சொல்கிறேன். இதை நாள்தோறும் தவறாமல் உச்சரித்து வந்தால் பெரியளவில் பூஜை புனஸ்காரங்கள் செய்த பலன் நிச்சயம் கிடைக்கும்” என்றார்.

அவர் அருளிய மந்திரம் இதுதான்...

ஹரி நாராயண துரித நிவாரண

பரமானந்த சதாசிவ சங்கர!

வேலைக்குச் செல்லும் பெண்களுக்கான எளிய மந்திரம். இதனைச் சொல்லி இறைவன் அருளை அனைவரும் பெறலாம்.

தொடுவானம்

உலகிலேயே கடினமான வேலை எதுவென்று கேட்டால் மாப்பிள்ளைக்கு நல்ல மணப்பெண் தேடுவதுதான். சிலர் வருடக்

கணக்கில் வரன் தேடித்தேடி அலுத்துப் போய் கடைசியில் அந்தப் மாப்பிள்ளைக்கு திருமணமே செய்து வைக்காமல் இருக்கும் அவல நிலையும் நமக்குத் தெரியும்.

ஜாதகப் பொருத்தத்தில் தொடங்கி குணநலன், உத்யோகம், குடும்பநிலை என்று பலவாறாக அலசி ஆராய்ந்து பார்ப்பதில் நிறைய வரன்கள் சரிப்பட்டு வராமல் போய்விடும். அலுத்துப்போன பிறகு கடைசியில் பார்த்தால் எதிர்வீட்டுப் பெண்ணைப் பேசி மணம் முடிக்கும் வியப்பான உண்மையும் உண்டு.

கானல் நீர் போன்றதுதான் இந்தப் பெண் பார்க்கும் படலம். தூரத்தில் தண்ணீர் போலத் தெரியும். அருகே செல்லச் செல்ல வெறும் மணல் என்பது புரியும். மனம் வெறுத்து, கடைசியில் நம்பிக்கை இழக்கும்.

இந்த விஷயத்தை காஞ்சி மகான் ஒரு அற்புதமான கதையாக விளக்கிச் சொல்லி இருக்கிறார்.

"கல்யாணம் ஆகவேண்டிய பெண் ஒருத்தி இருந்தாள். அவளின் பெற்றோர், பந்துக்களுக்குள்ளேயே ஒரு முறைப் பையனைப் பார்த்து, அவனுக்கு அவளைக் கல்யாணம் பண்ணிக் கொடுக்கத் தீர்மானித்தனர். ஆனால், அந்தப் பெண்ணோ, "புருஷர்களில் எல்லாம் உயர்ந்தவன் எவனோ, அவனைத்தான் நான் கல்யாணம் பண்ணிக்கொள்வேன்" என்று தீர்மானமாகக் கூறிவிட்டாள். அதில் பிடிவாதத்தோடும் இருந்தாள்.

அவளது பெற்றோரும், "உன் இஷ்டப்படியே செய்!" என்று விட்டுவிட்டார்கள்.

அந்தப் பெண் யோசிக்க ஆரம்பித்தாள். , 'புருஷர்களிலேயே உயர்ந்தவன் யாராக இருக்க முடியும்?' என்று சிந்தித்தாள். நாட்டின் ராஜாதான் என்று முடிவெடுத்தாள். எனவே, ராஜாவைத்தான் கல்யாணம் பண்ணிக்கொள்ள வேண்டும் என்று தீர்மானித்து அந்த நாட்டு ராஜா பின்னாடியே போய்க் கொண்டிருந்தாள்.

ஒருநாள், ராஜா பல்லக்கில் போய்க்கொண்டிருந்தார். அப்போது ஒரு சாமியார் எதிரே வந்தார். உடனே ராஜா பல்லக்கை விட்டுக் கீழே இறங்கி, அந்தச் சாமியாருக்கு நமஸ்காரம் பண்ணிவிட்டுத் திரும்பவும் பல்லக்கில் ஏறிப் போனார்.

அந்தப் பெண் இதைப் பார்த்தாள். 'அடடா! ராஜாதான் புருஷர்களுக்குள் உயர்ந்தவர் என்று எண்ணி இத்தனை நாளும் ஏமாந்துவிட்டேனே! ராஜாவைக் காட்டிலும் உயர்ந்தவர் சாமியார்

போலிருக்கிறதே! ஆக, கல்யாணம் பண்ணினால் இந்தச் சாமியாரைத்தான் கல்யாணம் பண்ணிக்கொள்ள வேண்டும்' என்று எண்ணினாள். இதைத் தொடர்ந்து அந்த சாமியார் பின்னாடியே சுற்ற ஆரம்பித்துவிட்டாள்.

ஒருநாள், சாமியார் தெருக் கோடியில் ஓர் ஆலமரத்தடியில் இருந்த பிள்ளையார் முன் நின்று நெற்றியில் குட்டிக்கொண்டு, தோப்புக்கரணம் போட்டு வணங்கினார். இதைப்பார்த்த அந்தப் பெண், 'ஆஹா! இப்போதும் பெரிய தப்பு செய்ய இருந்தேனே! சாமியாரைவிட இந்தப் பிள்ளையார்தான் உயர்ந்தவர் போலிருக்கே. அதனால் இந்தப் பிள்ளையாரைத்தான் கல்யாணம் பண்ண வேண்டும் என்று தன் முடிவை மாற்றிக் கொண்டாள். அந்தப் பிள்ளையாருக்கு அருகிலேயே உட்கார்ந்து விட்டாள்.

அந்தப் பிள்ளையார் ஒரு அரசமரத்தடி பிள்ளையார் என்பதால் கோயில்கூட இல்லை. அந்தப் பக்கமாகப் நடந்து போகிறவர்கள் பிள்ளையாரை வணங்கிவிட்டு அவசர அவசரமாகச் செல்வார்கள்.

அப்போது ஒருநாள் அந்த வழியாக வந்த நாய் ஒன்று அந்தப் பிள்ளையார் மீது காலைத் தூக்கிக் கொண்டு ஒன்றுக்குப் போனது. இதைப் பார்த்ததும் அவளுக்குத் தூக்கிவாரிப் போட்டது. 'இந்தப் பிள்ளையாரைவிட நாய்தான் உயர்ந்தது போலிருக்கே! தெரியாமல் பிள்ளையாரை மணமுடிக்க வேண்டும் என்று நினைத்து விட்டேனே! மணமுடித்தால் அந்த நாயைத்தான் மணமுடிக்க வேண்டும்' என்று நினைத்தாள்.

ஆக, அந்த நாயைத் துரத்திக் கொண்டு போக ஆரம்பித்தாள்.

அப்படிச் செல்கிறபோது வழியில் ஒரு சிறுவன் அந்த நாயின் மீது ஒரு சிறு கல்லை விட்டெறிந்தான். வலியில் குரைத்துக் கொண்டு வேகமாக ஓடிப்போனது நாய்.

நாயைவிட அச்சிறுவன்தான் உயர்ந்தவன் என்று நினைத்த அந்தப் பெண், இப்போது சிறுவனை மணந்து கொள்வதுதான் சரியானதாக இருக்கும் என்று தன் எண்ணத்தை மாற்றிக் கொண்டாள்.

இந்த நேரத்தில் அங்கு வந்த ஒரு இளைஞன் சிறுவனைப் பார்த்து, 'ஏண்டா அந்த நாயைக் கல்லால் அடித்தாய்?' என்று அதட்டலாகக் கேட்டு, அவன் முதுகில் இரண்டு அறை அறைந்தான்.

நாயை அடித்தவனையே அடித்துவிட்டான் என்றால் அந்த இளைஞன்தான் புருஷர்களிலேயே உயர்ந்தவனாக இருக்க வேண்டும் என்று நினைத்து, தன் எண்ணத்தை மீண்டும் மாற்றிக் கொண்டாள். மணந்தால் அந்த இளைஞனையே மணப்பது என்று உறுதிபூண்டாள்.

அந்த இளைஞன் பின்னால் நடக்க ஆரம்பித்தாள். கடைசியில் அவனே உயர்ந்தவன் என்பது உறுதியாகத் தனது பெற்றோரிடம் சென்று தனது விருப்பத்தை வெளியிட்டாள்.

அவர்களும் அந்த மாப்பிள்ளை யாரென்று பார்த்தார்கள். அதிர்ந்து போனார்கள். முதன்முதலாக அவளுக்குத் தீர்மானம் பண்ணியிருந்த பிள்ளைதான் அது!

தூரத்தில் யாரோ இருப்பதாக நினைத்து சுற்றித் திரிந்தாள். கடைசியில் அவளுக்கு அருகில் இருந்தவனாகவே இருந்து விட்டான்.

எங்கோ தொலைவில் சுவாமி இருப்பதாக ஊரெல்லாம் சுற்றித் திரிவார்கள். உணராத வரையில், தெரியாத வரையில் அவன் தூரத்தில் மட்டுமே இருப்பவன்தான். ஆனால் ஊரெல்லாம் சுற்றித் திரிந்தாலும் ஒருக்காலும் அவனைப் பார்க்கவே முடியாது. ஏனென்றால் அவன் உன்கிட்டேதான் இருக்கிறான்.

'தத்தூரே தத்வந்திகே'

அதாவது, 'தூரத்திற்கெல்லாம் தூரம். சமீபத்திற்கெல்லாம் சமீபம்' என்கிறது ஸ்ருதி.

இங்கிருந்து பார்த்தால் தொடுவானம் ஆகாசமும் பூமியும் அந்த இடத்தில் சேருவதுபோலத் தெரியும். அந்த அழகான இடத்திற்கு நேரில் சென்று அதைத் தொட்டுத் தடவிப் பார்க்கும் ஆசை ஏற்படுகிறது என்று வைத்துக் கொள்வோம். அப்போது தொடுவானம் இருக்கும் இடத்திற்குச் செல்வதற்கு அடையாளமாக அங்கே தெரியும் பனைமரம் ஒன்றைக் குறித்து வைத்துக் கொண்டு அந்தப் பனைமரத்தை அடைந்துவிட்டால் தொடுவானத்தைத் தொட்டு விடலாம் என்றுதான் நினைப்போம்.

அப்படியே அந்தப் பனைமரத்தை அடைந்து தொடுவானத்தைத் தேடினால் அப்போதும் அது தொலைவிலேயே தான் தெரியுமே தவிர, நம் கைகளில் அகப்படாது.

அப்படியானால் அது எங்கே இருக்கிறது?

நீ இருக்கிற இடத்தில்தான் இருக்கிறது. நீ இருக்கிற இடம் தான் அது.

அப்படி 'அது... அது' என்று சொல்லப்படுகிற, வெகு தொலைவில் இருக்கிற சுவாமி, உன் அருகிலேயே உன் உள்ளேயே இருக்கிறார். நீயே அதுதான் என்கிறது வேதம்.

'நீயே அது' என்பதை 'தத்த்வமஸி' என்னும் மகா வாக்கியமாக வேதம் சொல்கிறது.

'தத்' என்றால் 'அது' என்று பொருள்.

'த்வம்' என்றால் இரண்டு பொருள் உண்டு.

ஒன்று, 'தன்மை.'

மற்றொன்று, 'நீ.'

'அஸி' என்றால் 'இருக்கிறாய்' என்று அர்த்தம்.

அதாவது, 'தத் த்வம் அஸி' என்னும்போது, 'அது நீ(யாக) இருக்கிறாய்' என்று பொருள் கொள்ளலாம்.

இப்போது புரிந்து கொள்ளலாம் 'அது' என்பது 'நீதான்.

எதற்கெடுத்தாலும் 'நான்... நான்...' என்று பெருமையாக நினைத்துக் கொண்டிருக்கிறோமே, அந்த 'நான்' யார் என்றால் 'அதுதான் சுவாமி. அதுதான் கடவுள்."

பரமாச்சாரியாரின் இந்தக் கதையும், அதைத் தொடர்ந்து இறைவனைப் பற்றிய விரிவுரையும் நிச்சயமாக காலத்தால் அழிக்க முடியாதது. சுவாமியைப் பற்றிய மிகத் தெளிவான தெளிவுரை இது என்பதில் எந்த ஐயமும் இருக்க முடியாது.

வைர மூக்குத்தி

ஏழைத் தாய் தனது அழகிய மகளையும் அழைத்துக் கொண்டு மடத்திற்கு வந்திருந்தாள். பெரியவா தரிசனம் கிடைத்த போது அவரிடம் தனது மனக் கவலைகளைக் கொட்டினாள்.

“ரொம்ப வறுமையில் இருக்கேன் சுவாமி. என் பொண்ணுக்கு கஷ்டப்பட்டு ஒரு வரன் கிடைச்சது. தூரத்து சொந்தம். நன்னா படிச்சு பெரிய வேலையில் இருக்கார் மாப்பிள்ளை. எல்லாருக்கும் புடிச்சுப் போச்சு. ஆனா மாப்பிள்ளை வீட்டார் வைர மூக்குத்தி வேணும்னு கேட்கிறார். என்னால எப்படிக் கொடுக்க முடியும்? ஆனா இந்த வரனை விடறதுக்கும் மனசில்லே. வைர மூக்குத்தி மட்டும் கிடைக்கிற மாதிரி பெரியவா உதவி செஞ்சா நன்னா இருக்கும்...” என்றாள் அந்தத் தாய்.

“மடத்தில் வைர மூக்குத்தி எல்லாம் ஏது?” என்று சொல்லி விட்டு கடகடவென்று சிரித்தார் பெரியவா.

அப்புறம் அந்தத் தாயிடம், “நீ நேரா காமாட்சி அம்மன் கோயிலுக்குப் போய் தரிசனம் பண்ணு. போ” என்று கூறினார்.

வைர மூக்குத்தி கிடைக்கவில்லை என்கிற ஆதங்கம் இருந்தாலும், பெரியவா சொல்லைத் தட்டக்கூடாது என்ற எண்ணத்தில் அங்கிருந்த தன் பெண்ணையும் அழைத்துக் கொண்டு கோயிலுக்குச் சென்றாள்.

பிரகாரத்தைச் சுற்றி வந்தபோது ஓரமாக ஏதோ மின்னுவது தெரிந்தது.

அருகில் போய் பார்த்தால் வைர மூக்குத்தியும், இரண்டு தங்க வளையல்களும் கிடந்தன.

அங்கு சுற்றிக் கொண்டிருந்த யாருமே அதைக் கவனிக்காமல் சென்று கொண்டிருந்தனர்.

அதை எடுக்கலாமா, வேண்டாமா என்று மனம் குழம்பியது. ஒரு முடிவுக்கு வந்தவளாக அவற்றை எடுத்தாள்.

மீண்டும் சங்கர மடத்தை நோக்கி நடந்தாள்.

பெரியவா முன்பு ஒரு பணக்கார சீமாட்டி அமர்ந்திருந்தாள். “கோயிலில் எப்படியோ வளையலும், மூக்குத்தியும் தொலைஞ்சு போச்சு. நானும் நல்லா தேடிப் பார்த்துட்டேன். கிடைக்கவே இல்லை. காஞ்சி காமாட்சி அம்மனுக்கு உண்டியலில் போடத்தான் கொண்டு வந்திருந்தேன் பெரியவா” என்று வருத்தமாகச் சொல்லிக் கொண்டிருந்தாள்.

அப்போது பரமாச்சாரியார் இந்த ஏழைத் தாயை நோக்கித் திரும்பி, “கோயிலுக்குப் போனியே.. அங்கே ஏதேனும் கிடைச்சுதா?” என்று மெல்லிய புன்னகை இதழில் பளிச்சிட கேட்டார்.

‘இதோ இந்த வைர மூக்குத்தியும், இரண்டு தங்க வளையல் களும் கிடைச்சது பெரியவா’’ என்றபடி அதை அவரிடம் நீட்டினாள்.

அதைப் பார்த்த அந்த சீமாட்டி, “இது என்னோடது பெரியவா. கோயிலில் தொலைஞ்சு போனது...” என்று பரபரத்தாள்.

“இனிமேல் இது இந்த அம்மாவோடது. அம்பாளே இந்தப் பெண் ரூபத்தில் வந்து அதை வாங்கிண்டா. இந்த அம்மாள் கேட்டது ஒரேயொரு வைர மூக்குத்தி. ஆனா எக்ஸ்ட்ராவா வளையலும் கிடைச்சிருக்கு. உன் பொண்ணுக்கு நன்னா ஜாம் ஜாம்னு கல்யாணம் நடத்தி வை” என்று ஆசிர்வதித்தார் பெரியவா

பொன் மொழிகள்

அனைவரும் அன்றாடம் அரைமணி நேரமாவது மவுனமாக இருக்கப் பழகுவது அவசியம்.

- - -

கணவர் சம்பாதிக்கும் பணத்திற்குள் கட்டு செட்டாகப் பெண்கள் குடும்பம் நடத்துவது நல்லது.

- - -

எண்ணம், பேச்சு, செயல் மூன்றாலும் பிறருக்கு நன்மை தரும் செயல்களில் மட்டும் ஈடுபட வேண்டும்.

- - -

பேசுவதில் கணக்காக இருந்தால் குடும்பத்தில் சண்டை சச்சரவு வராது. நம் சக்தியும் வீணாகாமல் இருக்கும்

- - -

பெண்கள் சமையலுக்காக வீட்டில் அரிசி எடுக்கும்போது, ஒரு கைப்பிடியை ஏழைகளுக்குத் தர்மம் செய்வதற்காக எடுத்து வைக்க வேண்டும்.

- - -

4 பெரியவர்கள்

பெரியவர்களுக்கும் பெரியவா நிறைய அருளுரைகளை வழங்கி உள்ளார். அவற்றைக் கவனமாக மனதில் பதித்து வைத்து வாழ்ந்தால் நன்மைகளும், சுபிட்ச மும் கிட்டும் என்பது உண்மையிலும் உண்மை.

படையல்

திருச்சியைச் சேர்ந்த புகைப்படக் கலைஞர் ஒருவர் தீவிர காஞ்சி மகான் பக்தர். தனது வீட்டுப் பூஜை அறையில் பெரியவாளின் படம்தான் பிரதான இடத்தைப் பிடித்திருக்கும்.

தினமும் காலையில் குளித்து முடித்து பூஜை செய்வது அவரது வழக்கம். அப் போது வீட்டில் இருக்கும் ஏதாவது ஒன்றை

பரமாச்சாரியாருக்குப் படையல் வைத்து வணங்குவது அவரது நீண்ட கால வழக்கம்.

திடீரென்று அவருக்கு பெரியவாளைத் தரிசனம் செய்ய வேண்டும் என்ற ஆவல் எழுந்தது. எனவே காஞ்சி மடத்தைத் தொடர்பு கொண்டு விசாரித்தபோது, அவர் ஆந்திர மாநிலம் கர்நூல் என்னும் இடத்திற்கு விஜயம் செய்திருப்பது தெரியவந்தது.

கர்நூல் மிகவும் வெப்பப் பகுதி. வெயிலின் தாக்கம் மிகக் கடுமையாக இருப்பது வழக்கம்.

ஆனாலும் அதைப் பற்றியெல்லாம் கவலைப்படாமல் அங்கு செல்வதற்குத் தீர்மானித்தார் அந்தப் புகைப்படக் கலைஞர்.

காலையில் எழுந்து குளித்து முடித்துவிட்டு வீட்டில் இருந்த சூடான பாலை பெரியவாளின் படத்திற்கு முன்பாகப் படையலிட்டு வணங்கினார்.

பின்னர் திருச்சியில் இருந்து ரயிலேறினார்.

கர்நூலில் பக்தர்களின் கூட்டம் மிக அதிகமாக இருந்தது. எங்கு திரும்பினாலும் மக்கள் கூட்டம் நிரம்பி வழிந்தது. அந்தப் பக்கம், இந்தப் பக்கம் என்று எவ்வளவோ முயற்சி செய்தும் பெரியவா இருக்கும் இடத்தின் பக்கத்தில்கூட அவரால் செல்ல முடியவில்லை.

எப்படியாவது பரமாச்சாரியரைப் பார்த்துவிட்டாலே போதும் என்ற நிலைக்கு வந்துவிட்டார்.

அப்போது அங்கிருந்த மண் குவியல் ஒன்று கண்ணில் பட்டது. மெல்ல அதில் ஏறினார். ரொம்ப தூரத்தில் பெரியவா அமர்ந்து பக்தர்களுக்குத் தரிசனம் அளித்துக் கொண்டிருந்த காட்சியைப் பார்த்தார்.

தூரத்தில் இருந்தே பெரியவாளை நமஸ்கரித்தார்.

கூட்டம் குறைய ஆரம்பித்ததும் மாலையில் வந்து தரிசனம் செய்து கொள்ளலாம் என்று நினைத்து ஆறுதலடைந்தார். எனினும் இவ்வளவு தூரம் வந்தும் பெரியவாளை பார்க்க முடியவில்லையே என்ற ஏக்கமும், வருத்தமும் நிறைய இருந்தது.

அங்கிருந்து மெல்லத் திரும்பினார். சற்று தூரம் நடந்தார்.

யாரோ அவரை அழைப்பது போன்று தோன்றியது. திரும்பிப் பார்த்தார்.

பக்தர் ஒருவர் இவரை நோக்கி வேகமாக வந்து கொண்டிருந்ததைப் பார்த்தார். உடனே அவர் நின்றார்.

அருகில் வந்த அந்த பக்தர், "நீங்கள் திருச்சியில் இருந்துதானே வந்திருக்கிறீர்கள்?" என்று கேட்டார்.

"ஆமாம்" என்றார்.

'இது எப்படி இவருக்குத் தெரியும்?' என்ற கேள்வியும், குழப்பமும் அவருள் எழுந்தது.

"பெரியவா உங்களை அழைத்துக் கொண்டு வரச் சொன்னார்" என்றார் அந்த பக்தர் மெலிதாக மூச்சிரைக்க.

அதிர்ந்து போனார். "என்னையா?!" என்று வியப்போடு திருப்பிக் கேட்டார்.

"ஆமாம், நீங்கள் புகைப்படக்காரர் தானே?" என்று அந்தப் பக்தர் உறுதிசெய்து கொள்வதற்காக மீண்டும் கேட்டார்.

"ஆமாம்" என்றார் வியப்பு அடங்காமலேயே.

"அப்படியென்றால் நீங்கள்தான். வாருங்கள்" என்றார் அந்தப் பக்தர்.

ஒன்றுமே புரியாமல் சற்று நேரம் கற்சிலைபோல அவர் சமைந்து நின்றார்.

ஆனால் அந்தப் பக்தரோ இவரது கரம் பற்றி விடாப்படியாக அழைத்துக் கொண்டுபோய் பெரியவா முன்பாகக் கொண்டு போய் நிறுத்தினார்.

பரமாச்சாரியார் முன்பாக நின்ற புகைப்படக் கலைஞர் கண்களில் சரசரவென்று நீர் தடையின்றி வழிந்து கொண்டே இருந்தது. நடப்பது கனவா, நனவா என்றே தெரியாத குழப்பத்தில் ஸ்தம்பித்து நின்றார்.

அவரை உற்றுப்பார்த்த பெரியவா, "என்னைப் பார்க்க வேண்டுமென்று இவ்வளவு தூரம் வந்திருக்கிறாய். கடைசியில் பார்க்காமலேயே போனால் என்னப்பா அர்த்தம்? ம்?" என்றார்.

அப்புறம்தான் நனவுலகிற்கு வந்தார் அவர். காஞ்சி மகானை உளமார நமஸ்காரம் செய்துவிட்டு, "கூட்டம் அதிகமாக இருந்ததால் தயக்கமாக இருந்தது. கூட்டம் குறைந்த பிறகு வரலாம் என்று நினைத்தேன்" என்றார்.

“அப்படியா? சரி, சாப்பிட்டாயா?” என்று பரிவோடு கேட்டார் பரமாச்சாரியார்.

“சாப்பிட்டேன் சுவாமி” என்றார்

சற்றுநேரம் அமைதியாக இருந்த பெரியவா பின்னர், “என் வாயைப் பார்த்தாயா?” என்று கேட்டார்.

‘என்ன இது சம்பந்தமில்லாமல் ஏதோ கேட்கிறார் பெரியவா’ என்று மீண்டும் குழப்பத்தில் அமிழ்ந்தார்.

“என்ன ஒன்றும் புரியவில்லையா? இதோ பார்” என்று தனது நாக்கை வெளியே நீட்டினார் பரமாச்சாரியார்.

வெந்து சிவந்து காணப்பட்டது அது.

“என் வாய், உதடு எல்லாம் புண்ணாகிவிட்டது. ஏனென்று உனக்குத் தெரியுமா?” என்று பூடகமாகக் கேட்டார்.

அப்போதும் புகைப்படக் கலைஞருக்கு ஒன்றும் புரியவில்லை. அதே குழப்பத்திலேயே இன்னும் மூழ்கிக் கிடந்தார்.

“பூஜை பண்ணும்போது பாலை நல்ல சூடாக வைத்துவிட்டு அவசரம் அவசரமாகக் கிளம்பி வந்துவிட்டாய். அதுதான்” என்றார் பெரியவா.

சட்டென்று அனைத்தும் நினைவு வந்தது. படையலுக்காக சூடான பாலை வைத்து வணங்கி வழிபட்டு வந்ததைத்தான் மகான் குறிப்பிட்டுச் சொன்னது தெளிவாகத் தெரிந்தது.

அத்தனை குழப்பங்களுக்கும் விடையும் கிடைத்தது.

அப்படியே சாஷ்டாங்கமாக பரமாச்சாரியாரின் திருவடியில் விழுந்தார். “சுவாமி இந்த ஏழையை மன்னித்தருளுங்கள்” என்று கண்ணீர் மல்கக் கதறி அழுதார்.

தனது பக்தனின் தீவிர பக்தியைப் பாராட்டி அவன் வைத் திருந்த பாலை ருசித்திருக்கிறார் பெரியவா. மானசீகமான, ஆத்மார்த்த பக்தி இருந்தால் இறைவன் நிச்சயம் பலனைத் தருவான் என்பதுதான் இதன் உட்பொருள்.

தோற்றம்

அது 1979ஆம் ஆண்டு.

கர்நாடக மாநிலத்தில் யாத்திரை செய்து கொண்டிருந்தார் காஞ்சிப் பெரியவர்.

அவர் முகாமிட்டிருந்த இடத்தில் காலை வேளை. அங்கிருந்த குளக்கரையில் அமர்ந்து பக்தர்களுக்குத் தரிசனம் கொடுத்துக் கொண்டிருந்தார் மகான்.

அப்போது மகானைப் பார்ப்பதற்கு இரு அந்தண இளைஞர்கள் வந்திருந்தனர். அவர்கள் சுத்தமாகக் குளித்து, தூய ஆடை அணிந்து கொள்ளாமல் பார்ப்பதற்கு முகம் சுழிக்கச் செய்கிற மாதிரியான தோற்றத்தில் காட்சியளித்தனர்.

பெரியவாளுடன் வந்திருந்த டாக்டர் ராமமூர்த்தி என்பவருக்கு இது எரிச்சலைத் தந்தது.

அந்த இளைஞர்களிடம் போய், “மகானைப் பார்க்க வரும் போது இப்படியா அசிங்கமாக வருவது? குளித்து, சுத்தமான ஆடை அணிந்து கொண்டு வரவேண்டாமா?” என்று கடிந்து கொண்டார்.

இதைக் கவனித்த பெரியவா அந்த இளைஞர்களை அழைத்தார்.

அவர்களும் சந்தோஷத்துடன் வேகமாக ஓடிச்சென்று மகானின் மலர்ப் பாதங்களில் வீழ்ந்து வணங்கினர்.

அவர்களிடம் பெரியவா, “அத்யாயனம் முடிந்தாகி விட்டதா?” என்று கேட்டார்.

அவர்களும் வேகமாகத் தலையை ஆட்டினார்கள் ‘ஆமாம்’ என்பதுபோல.

“எங்கே ரிக்வேதம் சொல்லுங்கள்” என்று கட்டளையிட்டார் பரமாச்சாரியார்.

அவர்களும் கடகடவென்று ரிக்வேதத்தைச் சொல்ல ஆரம்பித்துவிட்டார்கள்.

அதைக் கண்களை மூடி மெய்மறந்து ரசிக்க ஆரம்பித்தார் பெரியவா. சற்று நேரம் கழித்து ‘போதும்’ என்று சொன்னார். அப்புறம்தான் அவர்களும் வேதம் சொல்வதை நிறுத்தினார்கள்.

அவர்களிடம், “நீங்கள் எங்கிருந்து வருகிறீர்கள்?” என்று அன்போடு விசாரித்தார் காஞ்சி மகான்.

அங்கிருந்து சுமார் இருபது மைல்களுக்கு அப்பால் இருந்த ஓரிடத்தைச் சொன்னார்கள் அந்த இளைஞர்கள்.

“அங்கிருந்து எப்படி வந்தீர்கள்?” என்று கேட்டார்.

“நடந்தே வந்தோம்” என்றார்கள்.

“திரும்பிப் போகும்போது எப்படிப் போவீர்கள்?” என்று கேட்டார் பெரியவா.

“அப்போதும் நடந்துதான் போவோம்” என்றார்கள் அந்த இளைஞர்கள் கோரஸாக.

உடனே டாக்டர் ராமமூர்த்தியைப் பார்த்து, “மகானைத்

தரிசிப்பதற்காக இருபது மைல் தூரம் நடந்தே வந்திருக்கிறார்கள். அப்புறம் உடம்பில் அழுக்கு ஏன் சேராது? மடத்தின் மூலமாக அவர்களுக்கு புதிய ஆடைகளைக் கொடுத்து, உண்பதற்கு உணவும் கொடுத்து அனுப்பி வையுங்கள்" என்றார் பரமாச்சாரியார்.

அத்துடன், "மனிதனின் வெளித் தோற்றத்தைப் பார்த்து அவனது உண்மையான யோக்கியதையை அறியாது மனதைக் குழப்பிக் கொள்ளக்கூடாது" என்றார்.

மரணம்

அறுபது வயதைத் தாண்டிய முதியவர் ஒருவர் காஞ்சி மகானைத் தரிசிக்க வந்தார். மகானிடம், "சுவாமி என்னுடைய கோரிக்கை ஒன்றே ஒன்றுதான்" என்றார்

"என்ன கோரிக்கை?" என்று பரமாச்சாரியார் கேட்டார்.

"எனக்கு அநாயாச மரணம் கிடைக்க வேண்டும்" என்று தனது கோரிக்கையை வெளிப்படுத்தினார் அந்த முதிய பக்தர்.

நோய்வாய்ப்பட்டு, பல நாட்கள் படுக்கையில் கிடந்து, குடும்பத்தில் உள்ள அனைவருக்கும் துன்பத்தைக் கொடுத்து, நிறைய கஷ்டங்களை அனுபவித்து, அதன்பிறகு இறந்து போவதைப் போல இல்லாமல் சட்டென்று உயிர் போய்விட வேண்டும் என்பதுதான் அநாயாச மரணம் என்பதாகும்.

இதைப் பொறுமையாகக் கேட்ட பெரியவா, அந்த முதியவரிடம், "நான் சொல்லித் தரும் பிரார்த்தனை ஸ்லோகத்தைத் தினமும் பூஜை செய்து முடிக்கும்போது சொல்லி வாருங்கள்" என்றார்.

உடனே அந்தப் பக்தரும் "நிச்சயமாக சுவாமி" என்றார் மிகுந்த ஆர்வத்துடன்.

அநாயாசேன மரணம் விநா தைன்யேன ஜீவநம்!

தேஹி மே கிருபயா சம்போ த்வயி பக்திம் அசஞ்சலாம்

இதை அவருக்குக் கற்றுக் கொடுத்த பரமாச்சாரியார், "இதை நான் சொன்னதுபோல மறக்காமல் தினமும் சொல்லி வாருங்கள்" என்றார்.

அந்த முதிய பக்தரும் அதை மனப்பாடம் செய்து கொண்டு, பிரசாதமும் பெற்றுக் கொண்டு அங்கிருந்து வெளியேறினார்.

வெளியூரைச் சேர்ந்த அவர் காஞ்சிபுரத்தில் அறை ஒன்றில் தங்கியிருந்தார். நேராக அறைக்குச் சென்ற அவர் அங்குள்ள நாற்காலியில் அமர்ந்து, பெரியவா சொல்லிக் கொடுத்த ஸ்லோகத்தை ஒருமுறை உச்சரித்தார்.

அடுத்த நொடிப் பொழுது அப்படியே நாற்காலியில் சாய்ந்து விட்டார்.

அவரது விருப்பப்படி 'அநாயாச மரணம்' அவரை ஆட்கொண்டது.

குரு நீசனா?

ஜோசியர் ஒருவர் பெரியவாளைத் தரிசனம் செய்வதற்காக வந்திருந்தார். பெரியவாளை நமஸ்கரித்த அவர், "பெரிய குடும்பம். வருமானம் போதவில்லை. ஜோசியம் சொல்வதில் அவ்வளவாக வருமானம் கிடைக்கவில்லை. ரொம்ப கஷ்டமாக இருக்கிறது" என்று தன் கவலைகளைக் கொட்டினார்.

அப்போது பரமாச்சாரியார், "நீ உன்னோட அப்பா இருந்த அதே பூர்வீக வீட்டில்தானே இருக்கிறாய்?" என்று கேட்டார்.

"இல்லை. அங்கே என் அண்ணன் இருக்கிறார். அந்த வீட்டிற்கு மேற்குப் பக்கத்தில் ஒரு வீட்டில் நான் குடியிருக்கிறேன்" என்றார் ஜோசியர்.

"வேண்டாம், நீ அங்கே இருக்க வேண்டாம். பூர்வீக வீட்டுக்கு கிழக்குப் பக்கத்தில் பழைய மாட்டுக் கொட்டகை இருந்ததே. அந்த இடத்தில் ஒரு குடிசை போட்டு குடியிரு" என்று அறிவுறுத்தினார் காஞ்சிப் பெரியவர்.

'சரி' என்று சம்மதிக்காமல் குழப்பத்தோடே பெரியவாளைப் பார்த்துக் கொண்டிருந்தார் ஜோசியர்.

"பரம்பரை பரம்பரையாக அம்பாளைப் பூஜை செய்த குடும்பம் உங்களுடையது. அதனால் பசு மாட்டுக் கொட்டகையில் இருந்தால் நல்லது" என்று தெளிவாக்கினார் பெரியவர்.

ஜோசியர் அப்போதும் அமைதி காத்தார்.

பரமாச்சாரியார் தொடர்ந்து பேசினார், "எல்லாக் கிரகங்களையும் நன்றாகவே திட்டுகிறாய். 'உங்க ஜாதகத்தில் குரு, நீசன்' என்கிறாய். 'சனி, பாபி' என்கிறாய். 'புதன் வக்ரம்' என்று சொல்கிறாய்.

இப்படியெல்லாம் உன் வாயால் சொல்லலாமா? குரு என்பது எவ்வளவு பெரிய கிரகம்! தட்சிணாமூர்த்தி ஸ்வரூபம். அவரைப் போய் நீசன், பாபி, வக்ரம் என்றெல்லாம் திட்டக்கூடாது.

சனி என்பவர் சூரியனின் புத்திரன். ஈஸ்வர பட்டம் பெற்றவர். அவரைப் போய் பாபி என்கிறாய்.

கிரகங்கள் சரியான, பொருத்தமான இடத்தில் இல்லை. கால பலன் சரியில்லை என்று பொதுவாகச் சொன்னால் போதுமே. பெண் பிள்ளை ஜாதகப் பொருத்தம் பார்க்க வருகிறவர்களிடம் பொருத்தமில்லை என்று நிர்த்தாட்சண்யமாகச் சொல்லாமல் தவிர்க்கலாம். பெண்ணுக்கு விவாஹ காலம் வர நாளாகும். பையனுக்குப் புத்ர பாக்யம் போன்றவை கேள்விக்குறி என்கிற மாதிரி சொல்லலாம்.

முப்பது வயதாகியும் பெண்கள் பலர் கல்யாணம் ஆகாமல் இருக்கிறார்கள். அவர்களே பெருங் கவலையுடன் ஜாதகப் பொருத்தம் பார்க்க வந்தால் முடிந்தவரை அதை நிராகரிக்காமல் பதில் சொல்வதே நல்லது" என்று தெளிவாக, புரிகிற விதமாக விளக்கிக் கூறினார் காஞ்சி மகான்.

பொதுவாக விவாஹத்தின்போது மாப்பிள்ளை, பெண்ணுக்கு ஜாதகப் பொருத்தம் பார்ப்பதற்கு பெரியவா அதிக முக்கியத்துவம் அளிப்பதில்லை. குலம், கோத்திரம் பார்த்து, முக்கியமாக மனப் பொருத்தம் பார்த்தால் மட்டுமே போதும் என்ற கருத்து உடையவர். பழங்காலத்தில் ஜாதகப் பொருத்தம் இப்போதுபோல அதிக முக்கியத்துவம் உடையதாக இருந்ததில்லை என்று அடிக்கடி காஞ்சிப் பெரியவர் கூறுவது உண்டு.

பரமாச்சாரியார் இவ்வாறு எடுத்துக் கூறியது ஜோசியரை ரொம்பவே திருப்தியடையச் செய்தது.

"பெரியவாளின் வாக்கை வேத வாக்காகக் கொண்டு இனிமேல் நடப்பேன்" என்றபடி சென்றார்.

ஆனந்தம்

'**ஆ**னந்தம் என்பது வெளி வஸ்துக்களில் இருந்து நமக்கு வருவதில்லை. நம்மிடம் இருந்தேதான் ஆனந்தம் பிறக்கிறது. நமது உண்மை சொரூபமான ஆனந்தத்தை நாம் அஞ்ஞானத்தினால் மூடி மறைத்துக் கொண்டிருக்கும் நிலையில்கூட 'நம்முடையது' என்று ஒன்றிடம் சம்பந்தம் வைக்கும்போதுதான் அதிலிருந்து

ஆனந்தத்தை அடைகிறோம். அந்தச் சம்பந்தம் போய்விட்டால் ஆனந்தமும் போய்விடுகிறது" என்கிறார் பரமாச்சாரியார்.

ஆனந்தம் பற்றிய தனது கருத்தினை ஒரு உண்மைச் சம்பவத்தோடு தெளிவும் படுத்துகிறார் பெரியவா.

"பெற்றோர்கள் பலபேர் என்னிடம் தங்கள் குழந்தைகளை அழைத்து வந்து அவற்றுக்கு சித்தப்பிரமை இருக்கிறது என்றும், அது நிவர்த்தியாக வேண்டும் என்றும் கேட்டுக் கொள்வது உண்டு.

ஆனால் ஒரு தகப்பனார் இதற்கு நேர்மாறாக நடந்து கொண்டார். அவர் இரண்டாவது கல்யாணம் பண்ணிக் கொண்டவர். இளையவளுக்கு மூத்தவளின் பிள்ளைகளோடு ஒத்துவரவில்லை.

வீட்டில் எப்போதும் ஒரே சண்டை, சச்சரவு. கடைசியில் குடும்பம் பிரிந்துவிட்டது. இவர் இளையவளுக்கு ஆதரவு. அதனால் பிள்ளையைக் கைவிட்டு விட்டார்.

ஒருநாள் என்னிடம் வந்து, 'மூத்தவளின் பிள்ளை இளையவளுக்குப் பில்லி சூனியம் வைத்துவிட்டான். நல்ல வேளையாக அது அவனையே திருப்பியடித்து விட்டது" என்றார்.

பொதுவாகத் தகப்பனார்களுக்குத் தங்கள் பிள்ளைக்குச் சித்தப்பிரமை ஏற்பட்டால் கவலை வருகிறது. ஆனால் இந்தத் தகப்பனாரோ அதற்கு நேர்மாறாக சந்தோஷப்படுகிறார்.

ஏன்?

இவருக்கு அந்தப் பிள்ளையிடம் 'நம்முடையவன்' என்ற சம்பந்தம் போய்விட்டது. இளையவளிடம் மட்டுமே 'நம்முடையவள்' என்ற சம்பந்தம் இருக்கிறது. அதனால்தான் இவர் ஆனந்தம் அடைகிறார்.

மாயைக்கு ஆளான 'நான்' என்பதன் சம்பந்தத்திற்கே இத்தனை ஆனந்தம் இருக்கிறது என்றால், எதிலும் சம்பந்தப் படாமல் பரிபூரண ஞானமாக இருக்கிற அந்த வெறும் 'நான்' எத்தனை ஆனந்தமாக இருக்கும்!" என்கிறார்.

வேதம் வியாபாரம் அல்ல

ஒருமுறை திருச்சியைச் சேர்ந்த மணி சாஸ்திரி என்பவர் சங்கர மடம் வந்தார்.

அவர் வைதீகத்தைத் தொழிலாகச் செய்து வந்தார். அதுவே அவரைச் செல்வச் செழிப்பில் கொண்டுபோய் நிறுத்தியது. கழுத்தில் முரட்டுத் தங்கச் சங்கிலி, காதில் கடுக்கன், கையில் பிரம்மாண்டமான பிரேஸ்லெட், விரல்களில் பெரிய பெரிய மோதிரம் என்று ஒரு செல்வந்தரின் தோற்றத்துடன் இருந்தார்.

பெரியவாளை அவர் நமஸ்காரம் செய்தபோது, "வைதீகம் எல்லாம் எப்படி இருக்கிறது? வருமானம் வருகிறதா?" என்று கேட்டார்.

"பெரியவா அனுக்கிரகத்தால் எல்லாம் சிறப்பாக இருக்கிறது. நான் கேட்கும் தட்சணையைவிட அதிகமாகவே தருகிறார்கள். அதனால் நல்ல சுபிட்சத்தோடு குடும்பம் நடத்தி வருகிறேன்" என்று நிறைவாகவும், பெருமையாகவும் கூறினார் சாஸ்திரி.

அதற்கு பரமாச்சாரியார், "நீ மற்றவர்களைக் கசக்கிப் பிழிந்து சன்மானம் வாங்குவதாகக் கேள்விப்பட்டேன். உன்னைப் பார்த்தாலே ஆடம்பரமும், படாடோபமும் தெரிகிறது. வேதத்தை வியாபாரமாக்கக் கூடாது. உனக்குக் கிடைக்கும் வருமானத்தில் கொஞ்சம் வேதபாடசாலையின் செலவுக்கும் கொடு. அது உன் சந்ததியைக் காப்பாற்றும்" என்று அறிவுரை கூறினார்.

திடுக்கிட்டுப்போன மணி சாஸ்திரி, "இனிமேல் இதுபோன்று நகைகளை அணிய மாட்டேன். சன்மானம் அதிகமாகப் பெறவும் மாட்டேன்" என்று காஞ்சிப் பெரியவர் முன்னிலையிலேயே சபதம் எடுத்துக் கொண்டு அவரது திருவடிகளில் விழுந்து வணங்கினார்.

அத்வைதம்

பெரியவாளின் தரிசனத்திற்காக மாத்வர் ஒருவர் சங்கர மடத்திற்கு ஒருநாள் வந்தார். மாத்வர் என்பவர் கன்னடத்தில் பெரும்பான்மையாக வசிக்கும் ஒரு குறிப்பிட்ட பிராமண வகுப்பினர்.

பெரியவாளை நமஸ்கரித்த பிறகு, "அத்வைத சித்தாந்தம் பற்றித் தெரிந்து கொள்ள விருப்பமாக இருக்கிறது. ஆனால் எங்கெங்கோ தேடி அலைந்தும் அந்தப் புத்தகம் எனக்கு இதுவரை கிடைக்கவில்லை. மடத்தில் இருந்து கொடுத்து உதவினால் அதைப் பற்றித் தெரிந்து கொள்ள உதவியாக இருக்கும்" என்று வேண்டுகோள் வைத்தார்.

அப்போது பரமாச்சாரியார் அவரிடம், "நீ த்வைதம் பற்றி எல்லாம் தெரிந்து கொண்டு விட்டாயா?" என்று கேட்டார்.

"இல்லை சுவாமி" என்று பதிலளித்தார் அவர்.

"த்வைதம் பற்றிய புத்தகம் தருகிறேன். அதை முதலில் நன்றாகப் படித்துத் தெரிந்து கொள்" என்றார் காஞ்சிப் பெரியவர்.

அப்படியே அவருக்கு உடனடியாக த்வைதம் புத்தகம் வழங்கப்பட்டது.

இதுதான் பரமாச்சாரியார்!

அனைத்தும் அறிந்தவர்

பரமாச்சாரியாரிடம் அதீத பக்தி கொண்ட லட்சக் கணக்கானோர்களில் ஒருவர் வங்கிக் கணக்கர்.

இவர் ஒருமுறை பெரியவாளை நமஸ்காரம் செய்துவிட்டு சற்று வருத்தமாக, "சட்டப்படி எனக்கு ப்ரமோஷன் கிடைத்திருக்க வேண்டும். ஆனால் இன்னும் கிடைக்கவில்லை. என்னுடைய ஜூனியர்கள் பலரும் ப்ரமோஷன் கிடைத்து ஆபிசர்களாகி விட்டார்கள். நான் மட்டும் அப்படியே இருக்கிறேன்" என்றார்.

காஞ்சி மகானோ இதற்குப் பதில் சொல்லாமல் அவருக்கு பிரசாதம் கொடுத்து அனுப்பி வைத்துவிட்டார்.

அப்புறம் நான்கைந்து முறை மடத்திற்கு வந்தார் அந்த வங்கிக் கணக்கர். அவ்வாறு வந்தபோதெல்லாம் தன்னுடைய பதவி உயர்வு பற்றியே பெரியவாளிடம் முறையிட்டார்.

ஆனாலும் மகான் அதைக் கண்டுகொள்ளாமல், அதற்கு எந்தப் பதிலும் அளிக்காமல் இருந்துவிட்டார். அப்போது அங்கிருந்தவர்கள், “பெரியவாளுக்கே அலுப்புத் தட்டிவிட்டது

போலத் தெரிகிறது. உனக்குப் ப்ரமோஷனே வேண்டாம். பேசாமல் கிடைக்கிற சம்பளத்தை வைத்து சிக்கனமாகக் குடித்தனம் நடத்து" என்று சூடாகச் சொல்லி விட்டார்கள்.

இதைக் கேட்டதும் அவருக்கும் ரோஷம் வந்துவிட்டது. அங்கிருந்து போனவர்தான் ஒரு வருடம் வரையிலும் மடத்துப் பக்கமே வரவில்லை.

அப்புறம் ஒருநாள் திடீரென்று ரொம்பவும் சந்தோஷமாக வந்தார்.

'ஆஹா! ப்ரமோஷன் கிடைத்துவிட்டது போலும். மனிதர் இவ்வளவு உற்சாகமாக வந்திருக்கிறாரே!' என்று மடத்தில் இருந்தவர்கள் தங்களுக்குள் கிசுகிசுத்துக் கொண்டார்கள்.

பெரியவாளை நமஸ்கரித்துவிட்டு, "பெரியவா கண்கண்ட தெய்வம்! ப்ரமோஷன் வேண்டாம் என்று சொன்னது ரொம்ப சரியாப் போச்சு. வங்கியில் பெரிய தில்லுமுல்லு நடந்துவிட்டது. கணக்கில் வராமல் நிறைய பணப் பரிமாற்றம் வேறு. யார் யாருக்கோ சட்டத்தை மீறி நிறைய சலுகைகள். ஆபீசராக இருந்த பலரும் சிக்கிக் கொண்டு சஸ்பெண்ட் ஆகிவிட்டார்கள். நல்ல வேளையாக நான் ஆபீசராக ப்ரமோஷன் ஆகவில்லை. இல்லை என்றால் நானும் மாட்டிக் கொண்டிருப்பேன்" என்று நன்றிப் பெருக்குடன் கூறினார்.

அங்கிருந்த அனைவருக்கும் இது ஆச்சரியத்தைத் தந்தது. ஆனால் பரமாச்சாரியார் மட்டும் எதுவுமே நடக்காததுபோலக் காணப்பட்டார்.

இரண்டு அல்லது மூன்று மாதங்களுக்குப் பிறகு அந்த கணக்கருக்கு ப்ரமோஷன் ஆர்டர் வந்தது. உடனே அந்த ஆர்டரை எடுத்துக் கொண்டு பெரியவாளைத் தரிசிக்க ஓடோடி வந்தார்.

"ப்ரமோஷன் ஆர்டர் வந்திருக்கிறது. அதை நான் ஏற்றுக் கொள்ளலாமா? பெரியவா உத்தரவு வேண்டும்" என்று வேண்டினார்.

அதற்கு காஞ்சிப் பெரியவர், "உன்னைத் தேடி வந்திருக்கும் வாய்ப்பு இது. உதாசீனப்படுத்த வேண்டாம். ஆனால் தப்பு எதுவும் செய்யாமல் உண்மையாக உழைத்து நல்ல பேர் எடுக்க வேண்டும்" என்றார்.

"நிச்சயமாக அப்படியே செய்வேன் சுவாமி" என்றார் அந்த வங்கிக் கணக்கர்.

"நல்லது. அப்படி இல்லாமல் ஏதாவது தப்பு செய்தால்..." என்று கூறி நிறுத்தினார் பரமாச்சாரியார்.

அவர் என்ன சொல்ல வருகிறார் என்று தெரியாமல் சிறிய தவிப்போடு பெரியவாளையே பார்த்துக் கொண்டிருந்தார் அந்த வங்கிக் கணக்கர்.

"எனக்குக் கெட்டப் பெயர் வந்துவிடும்" என்றார்.

வங்கிக் கணக்கர் உட்பட அங்கிருந்த அனைவரும் பரவசத்தில் புல்லரித்துப் போயினர்.

உண்மையான பக்தனுக்கு எது நல்லது, எது கெட்டது, எதை எப்போது செய்ய வேண்டும் என்பது பெரியவாளுக்கு நன்றாகவே தெரியும்.

பக்தர்கள் செய்ய வேண்டியதெல்லாம் அவரிடம் முழுமையாக சரணாகதி அடைவது மட்டுமே.

கருமி

ஒருமுறை பெரிய மனிதராக விளங்கிய ஒருவர் ஸ்ரீ மடம் வந்திருந்தார். அவரைப் பார்த்த மடத்து ஊழியர்கள் அனைவரும் தங்களுக்குள் திட்டிப் பேசினார்கள்.

அதற்குக் காரணமும் உண்டு.

அதாவது, அந்தப் பெரிய மனிதர் யாருக்கும் எந்த உதவியும் செய்யாதவர். முழுமையான கருமி. சுயநலமிக்கவர். எந்த உபகாரமும் செய்யவே மாட்டார்.

எனவேதான் அவரைக் கண்டதும் அனைவரும் முகம் சுளித்து வசை பாடினார்கள். குறிப்பாக மடத்தின் மேனேஜர், "அவரால் மடத்துக்கு எந்த உதவியும் கிடையாது. காலணா கூடப் பிரயோஜனம் இல்லை. அவருக்குப் போய் பெரியவா அனுக்ரஹம் செய்கிறாரே" என்று வெறுப்போடும், சங்கடத்தோடும் பேசினார்.

இவ்வாறு கிசுகிசுவென்று சக ஊழியர் ஒருவரிடம் மேனேஜர் பேசியதை தனது ஞானத்தால் அறிந்து கொண்ட பெரியவா, "அவர் யாருக்கும் தான தர்மங்கள் செய்வதில்லை. இது வாஸ்தவம் தான்.

ஆனால், அவர் யாருக்கும் கெடுதலும் செய்வதில்லை. சத்தியத்தைத்தான் பேசுவார். பொய் பேசவே மாட்டார். வைசுவதேவம் செய்து கொண்டு சதா சாரத்துடன் இருக்கிறார்.

வைசுவதேவம் என்றால் விசுவதேவர் பொருட்டு தினமும் பகலில் உண்பதற்கு முன் செய்யும் சடங்கு என்று பொருள்.

ஆகவே அவருடன் பேசுவதில் எந்தத் தப்புமே இல்லை" என்று கருமி என்று கருதப்பட்ட அந்த மனிதரின் சில நல்ல அம்சங்களைப் பாராட்டிப் பேசினார் பெரியவா.

தங்களின் உள்ளக்கிடக்கையை பெரியவா புரிந்து கொண்டது மடத்து ஊழியர்களை சங்கோஜப்படுத்தியது. அமைதியாகி விட்டார்கள்.

சில நாட்கள் கழிந்தன.

கருமி என்று விமரிசிக்கப்பட்ட அந்த மனிதர் மீண்டும் ஸ்ரீ மடத்திற்கு வந்தார். மகா பெரியவாளை நமஸ்காரம் செய்துவிட்டு, "என் வீட்டிலுள்ள பாத்திர பண்டங்கள், மர சாமான்கள், பூஜைப் பொருட்கள் எல்லாவற்றையும் சமர்ப்பணம் செய்கிறேன். எனக்கு வயதாகிவிட்டது. நல்ல கதி வேண்டும்" என்று மனமுருகி பிரார்த்தனை செய்தார்.

மேலும், தனது சொத்துக்கள் முழுவதையும் அவரது கிராமத்தில் உள்ள கோயிலுக்கு நன்கொடையாக எழுதி வைத்து விட்டதாகவும் அவர் தெரிவித்தார்.

இதைப் பார்த்ததும் மடத்தின் மேனேஜரும், மற்றவர்களும் அதிர்ந்து போனார்கள். "அவரது நல்ல மனதைப் புரிந்து கொள்ளாமல் கருமி என்று ஏதேதோ உளறிவிட்டேனே.." என்று தன்னையே நொந்து கொண்டார் மேனேஜர்.

பிறரைப் பற்றி ஒரு முடிவுக்கு வருவதற்கு முன்பு அவர் எப்படிப்பட்டவர் என்பதையும், அவர் மனம் எப்படிப்பட்டது என்பதையும் நன்றாகப் புரிந்து கொள்ள வேண்டும்.

அது காஞ்சிப் பெரியவரால் மட்டுமே முடியும்.

உயிரைக் காப்பாற்றிய உத்தமர்

காஞ்சிபுரம் சங்கர மடத்திற்கு பெரியவர் ஒருவர் அடிக்கடி வருவதுண்டு. பக்தர்களின் கூட்டத்தில் ஒரு ஓரமாக அமர்ந்து சற்று நேரம் பரமாச்சாரியாரைப் பார்த்துக் கொண்டே இருப்பார். அதில் திருப்தி அடைந்தவராக அங்கிருந்து கிளம்பிச் சென்று விடுவார். மற்ற பக்தர்களைப் போல பெரியவா அருகே வந்து தீர்த்தம் எதுவும் பெற்றுக் கொள்வதில்லை.

இந்நிலையில் ஒருநாள் அதேபோன்று ஓரமாக நின்ற அந்தப் பெரியவரை அருகே வருமாறு அழைத்தார் பெரியவா. அவரும் அப்படியே அருகில் வந்தபோது அவருக்குத் தீர்த்தம் வழங்கினார்.

"ஊருக்குப் போகும்போது இடையே பஸ் நிற்கும். அப்போது கீழே இறங்கி ஒரேயொரு சோடா மட்டும் குடிச்சிட்டு திரும்பவும் பஸ்ஸில் ஏறிப்போங்கோ" என்றார் பெரியவா.

அந்தப் பெரியவருக்கு எதுவும் புரியவில்லை. எல்லோரும் பெரியவா அருகே போய் தீர்த்தம் வாங்க ஆசைப்படுகிறபோது, பரமாச்சாரியாரே அருகில் அழைத்து தீர்த்தம் வழங்கி திரும்பிப் போகும்போது என்ன செய்ய வேண்டும் என்றும் அறிவுறுத்துவது அந்தப் பெரியவருக்கும், மற்ற பக்தர்களுக்கும்கூட ஆச்சரியமாக இருந்தது.

அப்படியே தமது ஊருக்குச் செல்லும் பஸ்ஸில் ஏறி நடுவில் இருக்கையில் அமர்ந்தார் அந்தப் பெரியவர்.

பஸ் சென்று கொண்டிருந்தபோது அவருக்குப் பின் இருக்கையில் இருந்த ஆறு கல்லூரி மாணவர்கள் கிண்டலும், கேலியும் செய்து கொண்டிருந்தார்கள்.

அவரை மட்டுமல்லாமல் பஸ்ஸில் இருந்த பிற பயணிகளிடமும் அவர்கள் மோசமாக நடந்து கொண்டார்கள். இதனால் அனைவருமே கோபமும், வெறுப்புமாக இருந்தனர்.

வழியில் ஓரிடத்தில் பஸ் நின்றது. பத்து நிமிடம் பஸ் நிற்கும் என்று கண்டக்டர் அறிவித்தார்.

அந்தப் பெரியவருக்கு பரமாச்சாரியார் கூறியது நினைவுக்கு வந்தது. வேகமாக இறங்கி அங்கிருந்த கடையில் சோடா ஒன்று வாங்கிக் குடித்தார். அப்புறம் நேராக பஸ்ஸில் ஏறினார்.

அதே பழைய இருக்கையில் இருப்பதற்குப் பிடிக்கவில்லை. அந்த மாணவர்களின் கலாட்டாவில் இருந்து தப்பிப்பதற்காக கடைசி இருக்கையில் ஜன்னலோரமாகச் சென்று அமர்ந்தார்.

பஸ் கிளம்பியது.

திடீரென்று எதிரே பெரும் வேகத்தில் வந்த லாரி ஒன்று பஸ்ஸில் மோதி விபத்துக்குள்ளானது.

டிரைவருக்கு சிறிதாகக் காயம் ஏற்பட்டது. வேறு பல பயணிகளுக்கும் சிறுசிறு காயங்கள் ஏற்பட்டன.

கலாட்டா செய்து கொண்டிருந்த கல்லூரி மாணவர்கள் ஆறு பேரும் படுகாயமுற்று பரிதாபமாக உயிரிழந்துவிட்டனர்.

இருக்கை மாறி கடைசி இருக்கையில் அமர்ந்த காரணத்தால் அந்தப் பெரியவர் சிறு காயம்கூட இல்லாமல் உயிர் தப்பினார்.

எல்லாம் பெரியவா கருணையால்தான்!

பொன் மொழிகள்

முதியவர்கள் என்ன செய்ய வேண்டும் என்பது குறித்து பரமாச்சாரியார் நிறைய மொழிகளை உதிர்த்துள்ளார்.

தாயன்பைப் போல கலப்படமே இல்லாத பூரண அன்பை இந்த லோகத்தில் வேறு எங்குமே காணமுடியாது.

பால பிராயத்திலேயே காயத்ரியை ஜெபிக்க ஆரம்பித்து விட்டால் அது பசுமரத்தாணியாகப் பதியும். காயத்ரியானது முக்கியமான மனோசக்தி, தேஜஸ், ஆரோக்யம் எல்லாவற்றையும் அபரிமிதமாகத் தரவல்லது.

'நீ பலனை எதிர்பார்க்காமல் தர்மங்களைச் செய். பலனைக் கொடுக்க வேண்டியது ஈஸ்வரனின் வேலை' என்கிறது உபநிஷதம்.

குடும்பப் பொறுப்புகளை கூடிய விரைவில் முதியவர்கள் குறைத்துக் கொள்ள வேண்டும். அதற்குப் பதில் பொது மக்களுக்காகப் பொறுப்பெடுத்துக் கொண்டு புண்ணியம் சம்பாதிக்க வேண்டும். தாங்கள் தங்கள் ஆத்மாவைக் கவனித்துக் கொள்ள வேண்டும்.

தனக்கென்று எவ்வளவு குறைவாகச் செலவழிக்க முடியுமோ, அப்படி எளிமையாக வாழ்ந்து, மிச்சம் பிடித்து, அதைத் தர்மத்திற்குச் செலவழிக்க வேண்டும்.

அந்தரங்க சுத்தம் இல்லாமல் செய்கின்ற காரியங்கள் படாடோபமாகவே முடிந்துவிடும்.

நாம் பக்தி செய்வதால் ஈஸ்வரனுக்கோ, குருவுக்கோ எந்த லாபமும் இல்லை. நமக்குத்தான் பெரிய லாபம்.

நம் சரீரத்திற்கு எந்த வியாதி வந்தாலும், எந்தக் கஷ்டம் வந்தாலும், நிரம்ப வறுமையினாலே சிரமப்பட்டாலும், இவையெல்லாம் நமக்கு வைராக்கியத்தைக் கொடுப்பதற்காக சுவாமியினால் கொடுக்கப்பட்டவை என கருதவேண்டும். இவையெல்லாம் 'தபஸ்' என்று நினைத்துக்கொள்ள வேண்டும்.

5 அறிவுரைகள்

காஞ்சிப் பெரியவரின் அறிவுரைகள் அநேகம். அவை ஒவ்வொன்றும் ஒவ்வொரு சுவை கொண்டது. அவற்றை சுவைப்பதோடு, அதன்வழி நடப்பதும்தான் ஒரு மனிதனை உயர் நிலைக்குக் கொண்டு செல்லும்.

உள்ளம்

'**உ**டல் மற்றும் உடையைப் பற்றி மட்டுமே உயர்வாகக் கருதுபவர்கள் நிறைய பேர் உள்ளனர். ஆனால் அதற்கும் மேலாக ஒன்று இருக்கிறது. அதுதான் உள்ளம். மனம். உள்ளத்தூய்மையும், மனச் சுத்தமும் மிக மிக முக்கியம். அது இல்லாமல் உடம்பும், உடையும் எத்தனைதான் தூய்மையாக இருந்தாலும் பயனே கிடையாது. மனதில்

அழுக்குப் படியாமல் அதை அவ்வப்போது தேய்த்துக் கழுவிக் குளிப்பாட்டிக் கொண்டே இருக்க வேண்டும்.'

இது பரமாச்சாரியாரின் வேதவாக்கு.

'மனதில் ஏற்படுகிற அழுக்கு என்பது தவறுகள் செய்வதுதான். நாம் செய்யும் செயல்களில் தவறு ஏற்படக்கூடாது. அதாவது கெட்ட நோக்கங்களுக்காக ஒருபோதும் எந்தச் செயலையும் செய்யக் கூடாது.

இன்னொன்றையும் புரிந்துகொள்ள வேண்டும்.

ஒரு காரியம் என்று வந்துவிட்டால் நல்லதைச் செய்கிறபோது கூட அதில் சில தப்புத் தவறுகள் நேர்ந்துவிடக்கூடும். இது பெரிய குற்றம் கிடையாது. அதாவது தோஷமும் இல்லை.

ரொம்பப் பெரியவர்கள்கூட எவ்வளவோ நல்ல காரியங்கள் செய்கிறபோது அவர்களுக்கும் சில சறுக்கல்கள் வரத்தான் செய்துள்ளது.

நம்மால் எதையும் செய்து கொள்ள முடியும் என்ற கர்வம் கொள்ளாமல் பகவான் துணையால்தான் எதையும் சாதிக்க முடியும் என்று நாம் உணர்வதற்காகவே இப்படிச் சில தவறுகள் நடக்கின்றன என்பதை உணர வேண்டும். இதுபோன்ற தருணத்தில் நீங்கள் பகவானை வேண்டிக் கொள்வதுதான் சரி. அதுவே உங்கள் மன அழுக்கைக் கழுவிச் சுத்தம் செய்துவிடும்" என்கிறார் காஞ்சிப் பெரியவர்.

சரணாகதி

'**ச**ரணாகதி என்பது புத்தியைப் படுக்கப்போடுவது ஆகும். அதற்கு அடையாளமாகத்தான் பௌதீக காரியமாக 'நமஸ்காரம்' என்று ஆக்கிக் கொடுத்திருக்கிறது.

புத்தி என்று மூளையை சம்பந்தப்படுத்தித்தான் சொல்கிறோம். பாதத்துக்கு மேலே எட்டாம் சாணாகத் தலை உச்சியில் இருக்கிற அந்த மூளையை பூமி மட்டத்தில் படிய விட்டுத்தானே கீழே விழுந்து நமஸ்காரம் பண்ணுகிறோம்.

கீழ்ப்படிதல் என்ற உள் பாவத்திற்கே நமஸ்காரம் வெளி அடையாளம். வேதத்திற்கு, வேதத்தின் பரம தாத்பர்யமான ஈஸ்வரனுக்கு, மூளை கீழ்ப்படிதல். சரணாகதிக்கு அடையாளமாக சரீரம் கீழே பூமியில் படியும் படிக் கிடப்பதே நமஸ்காரக் கிரியை.

இங்கே புத்தி காரியமாக இல்லை. அதன் இடத்தில் சிரத்தை, நம்பிக்கை என்ற உணர்ச்சியே இருக்கிறது.

பிரத்யட்சமாக ஒன்றைத் தெரிந்து கொள்ள வேண்டும். ஜுவாலை வீசினால் உஷ்ணம் என்றும், பனிவாடை வீசினால் குளிர் என்றும் தெரிந்து கொள்வதில் இது உஷ்ணம்தான், இது குளிர்தான் என்று புத்தி எப்படி சந்தேகம் இல்லாமல் நிச்சயமாக இருக்கிறதோ, அந்த மாதிரியே சத்யம் என்ற நிச்சயமான உணர்ச்சி யாக நம்பிக்கை இருக்க வேண்டும். இதைத்தான் வேத சாஸ்திரம் சொல்கிறது.

சிரத்தையை மூலதனமாகக் கொண்டால் அது நம்மைக் கொண்டு போய் நிறுத்தும் பரிபூர்ணமான கீழ்ப்படிதலுக்கே சரணாகதி என்று பெயர்.

அங்கே நம் புத்திக்கு வேலை இல்லை.

எந்தவிதமான கேள்விக்கும் இடமில்லை.

இப்படி விளக்குகிறார் காஞ்சிப் பெரியவா.

'தான்' என்னும் எண்ணம்

ஒருநாள் இருபதுக்கும் மேற்பட்ட ஒரு குடும்பத்தைச் சேர்ந்தவர்கள் ஸ்ரீ மடத்திற்கு வருகை தந்தனர்.

அவர்கள் அனைவரும் பெரியவாளைத் தரிசிப்பதற்காகப் பெண்கள் ஒரு புறமும், ஆண்கள் ஒரு புறமுமாக வரிசையாக அமர்ந்திருந்தனர்.

அனைவருக்கும் ஆசி வழங்குவதற்கு முன்பாக, "உங்களில் எத்தனை பேருக்கு சாம்பார் பண்ணத் தெரியும்?" என்று கேட்டார் மகா பெரியவர்.

திடீரென்று சம்பந்தமே இல்லாமல் சாம்பாரைப் பற்றிக் கேள்வி கேட்டது அனைவரையும் குழப்பமடையச் செய்தது. இதில் ஏதோ ஒரு அர்த்தம் இருக்கிறது என்பது மட்டும் அவர்களுக்குத் தெரிந்தது. ஆனால் அது என்ன என்பதுதான் தெரியவில்லை.

ஒருவாறு சமாளித்துக் கொண்டு கையைத் தூக்கினர். அதிலும் குறிப்பாகப் பெண்கள் வரிசையில் இருந்து அனைவரும் கையைத் தூக்கினர்.

"இந்தக் கேள்வி உங்களுக்கு இல்லை. கையைக் கீழே இறக்குங் கள்" என்று பெண்களைப் பார்த்துக் கூறிய மகான், ஆண்கள்

அமர்ந்திருந்த திசையை நோக்கி, "சாம்பார் எப்படி செய்வது என்று நீங்கள் கூறுங்கள்" என்றார்.

அதில் பலபேர் சமையற்கட்டுப் பக்கம்கூடச் சென்றதே கிடையாது. ஆனாலும் பரமாச்சாரியார் கேட்கும்போது எப்படிப் பதில் சொல்லாமல் இருக்க முடியும்? ஒவ்வொருவரும் அவர்களுக்கு தெரிந்த மாதிரி சொல்ல ஆரம்பித்தார்கள்.

"சாம்பார் பொடி, கொஞ்சம் புளி, தேவையான அளவு உப்பு, தண்ணீர் ஆகியவற்றைக் கலந்து கொதிக்க வைத்தால் சாம்பார் தயாராகிவிடும்" என்றார் ஒருவர்.

"மிளகாய் வற்றலை, பருப்பு வகைகளுடன் எண்ணெய் விட்டு வறுத்தெடுத்து பொடியாக்கிக் கொள்ள வேண்டும். புளியைத் தண்ணீரில் ஊற வைத்து அந்த நீருக்கு தேவையான அளவு உப்பை சேர்த்து கொதிக்க வைக்க வேண்டும். நன்கு கொதித்து இறக்கும் தருவாயில் மல்லி, கறிவேப்பிலை சேர்த்தால் சாம்பார் ரெடியாகி விடும்" என்று மற்றொருவர் கூறினார்.

இப்படி ஆண்கள் பலரும் தங்களுக்குத் தெரிந்ததை விளக்கிக் கூறினார்கள்.

அனைத்தையும் பொறுமையாகக் கேட்டுக் கொண்டிருந்த பெரியவர், சற்று அமைதியாக இருந்துவிட்டு, “நீங்கள் அனைவருமே ஞானிகள். நான் ஞானியே இல்லை. ஏனென்றால் உங்களிடம் காணப்படும் அந்த எளிய பக்குவம்கூட எனக்கு வரவில்லையே” என்றார்.

அனைவரும் அதிர்ந்து போனார்கள். பெரியவா சொன்னதன் அர்த்தம் புரியாமல் தவித்துப் போனார்கள்.

மடத்தில் பணிபுரியும் ஊழியர்களுக்கோ பரமாச்சாரியார் எதையோ மனதில் நினைத்துக் கொண்டுதான் இப்படிப் பேசுகிறார் என்பதைப் புரிந்து கொண்டு நடப்பதை அமைதியாகக் கவனிக்கத் தொடங்கினார்கள்.

“நீங்கள் அனைவரும் விளக்கம் அளித்தீர்கள். ஆனால் ஒருவர் கூட ‘தான்’ போட வேண்டும் என்று சொல்லவில்லையே. அந்த ‘தான்’ என்பதை மறந்தவர்கள்தானே ஞானிகள்! நான் பேசும்போது கூட ‘தான்’ என்ற வார்த்தையை உபயோகப்படுத்துகிறேன். ஆனால் நீங்கள் அதையும் மறந்து எவ்வளவு எளிமையாக விவரித்தீர்கள்.அது தான் நம் இந்து மதத்தின் பெருமை. சின்னச் சின்ன விஷயங்களில் கூட ஞானத்தை அடைய வேண்டி வார்த்தைகளையும், கருத்துக் களையும் நம் முன்னோர்கள் வைத்திருக்கிறார்கள். அதைப் புரிந்து கொண்டு நடந்தால் அனைவரும் க்ஷேமமாக இருக்கலாம்” என்று நீண்ட உபதேசம் செய்தார்.

பின்னர் அனைவரையும் ஆசிர்வதித்து சந்தோஷமாக அனுப்பி வைத்தார்.

‘தான்’ என்பது ‘நான்’ என்பதைக் குறிக்கும்.

‘நான்’ என்பது அகந்தையின் வெளிப்பாடு அல்லவா!

‘தான்’ என்பது சாம்பாரில் சேர்க்கும் காய்களையும் குறிக்கும்.

அன்பே ஆனந்தம்

“**பி**றரிடம் அன்பு செலுத்தும்போது கிடைக்கும் ஆனந்தம் வேறு எதிலுமே கிடைப்பதில்லை.

தனக்கென்று பொருள் சேர்ப்பதில், புகழ் சேர்ப்பதில், அலங்காரம் செய்து கொள்வதில் தற்காலிகமாக இன்பம் கிடைக்கலாம். ஆனால் இவற்றால் உள்ளம் நிறைவு பெறுகிறதா என்றால் நிச்சயமாக இல்லை.

உள்ளத்திற்கு நிறைவான ஆனந்தம் அன்பு செலுத்துவதில் மட்டுமே கிடைக்கிறது.

மரம், கல், மண்ணைப்போல அன்பு இல்லாமல் வெறும் ஜடமாக இருப்பதில் எந்தப் பிரயோஜனமும் இல்லை.

அன்பில்லாத வாழ்வில் ருசியே இல்லை.

அன்பு செலுத்தும்போது நமக்கு எத்தனை கஷ்டங்கள் வந்தாலும், தேக சிரமங்கள் வந்தாலும், பணச் செலவுகள் வந்தாலும் அவை சுமையாகத் தெரிவதில்லை.

அன்பு செலுத்தாத வாழ்க்கை வியர்த்தமே.

ஆனால் அன்புக்குரிய ஒருவரை விட்டுப் பிரியும்போது துக்கம் உண்டாகிறது.

அன்புக்குரிய வஸ்து நம்மைவிட்டு என்றும் பிரிந்து போகாததாக இருக்க வேண்டும் என்றும், மாறாத வஸ்துவாக இருப்பவர் பரமாத்மா மட்டுமே என்றும் புரிந்து கொள்ள வேண்டும்.

பரமாத்மா மீது அன்பைச் செலுத்த வேண்டும். நம் சரீரத்தில் இருந்து உயிர் பிரிந்தாலும் அவரை விட்டு நாம் பிரிவதில்லை.

இதுவே சாஸ்வதமான அன்பாகும்.

ஈஸ்வரனிடம் இந்த அன்பை அப்பியாசிக்க ஆரம்பித்து, கொஞ்சம் கொஞ்சமாக உலக உயிர்களுக்கும் விஸ்தரிக்க வேண்டும்.

இதுவே ஜென்மம் எடுத்ததன் பயன்" என்கிறார் மகா பெரியவா.

பரமாத்மா

"**ப**கல் என்றால் அதற்கு மாறாக இரவு இருக்கிறது. வெயில் என்றால் மழை இருக்கிறது. ஜடம் என்றால் சித்து இருக்கிறது.

இப்படி ஒவ்வொன்றுக்கும் மாற்றுப் பொருள் ஒன்று கண்டிப்பாக இருக்கிறது.

இது இயற்கையின் விதி.

இதிலிருந்தே அழுக்கு மயமான ஜீவாத்மாகவுக்கு ஒரு பரிசுத்த பொருள் ஒன்று இருக்க வேண்டும் என்பதை நாம் புரிந்து கொள்ளலாம்.

அதாவது துக்கமயமான ஜீவாத்மாவிற்கு மாற்றாக ஓர் ஆனந்த வஸ்து இருக்க வேண்டும்.

காமக் குரோதங்களால் ஓயாமல் சலனமுற்றும் ஜீவாத்மாவிற்கு மாற்றாக சித்தத்தில் கொஞ்சம்கூட அசைவில்லாத ஒன்று இருக்க வேண்டும் என்பது உன்னிப்பாகக் கவனித்துப் பார்த்தால் விளங்கும்.

அந்தப் பொருளைத்தான் நாம் 'பரமாத்மா' என்கிறோம். அதனிடம் நாம் பக்தி கொள்வது அதுவாகவே ஆக வேண்டும் என்பதற்குத்தான்" என்கிறார் பரமாச்சாரியார்.

காயத்ரி ஜெபம்

"**கா**யத்ரி ஜெபம் பண்ணுவது என்பது எல்லோராலும் எளிதாக ஆகிற காரியம்தான். இதில் ஜலத்தைத் தவிர வேறு திரவியம் வேண்டாம். சரீரப் பிரயாசையும் கிடையாது. லகுவாகப் பரம சிரேயஸைத் தரும் சாதனம்.

ஆயுள் இருக்கிற வரைக்கும் சந்தியாவந்தனத்துக்கு லோபம் வராமல் பண்ண வேண்டும்.

'காயத்ரீயை மாத்ரு ரூபமாக' என்பார்கள். அதாவது தாய் வடிவமாக உபாசிக்க வேண்டும்.

பகவான் பல ரூபங்களில் வந்து பக்தர்களுக்குக் கிருபை புரிகிறார்.

நம்மிடம் எல்லோரையும்விட அன்பாக இருப்பது மாதா மட்டுமே. அன்னையிடம் எதை வேண்டுமென்றாலும் பயமும், தயக்கமும் இல்லாமல் சொல்லலாம்.

பகவான் எல்லா ரூபமாக இருந்தாலும் மாதா ரூபமாக வந்தால் ரொம்பவும் இதமாக இருக்கும். காயத்ரியை அப்படிப்பட்ட மாதா என்று வேதம் சொல்கிறது" என்று காயத்ரி ஜெபத்திற்கு அருமையான விளக்கத்தைக் கொடுத்துள்ளார் காஞ்சி மகான்.

சமையல் கலை

பக்தர் ஒருவர் ஸ்ரீ மடத்திற்கு அவரது தோட்டத்தில் விளைந்த கருணைக் கிழங்கைத் தானமாகக் கொடுத்தார். உடனே அதை அன்று உணவுக்கு மசியல் செய்தனர்.

மதிய உணவருந்த வந்தவர்கள் உற்சாகமாக மசியலைச் சிறிது எடுத்து வாயிலிட்டனர். அடுத்த நொடிப் பொழுதே மசியலை இலையின் ஒரு பக்கமாக ஒதுக்கி வைத்துவிட்டனர்.

"நாக்கில் ஒரே அரிப்பு. இதை எப்படிச் சாப்பிட முடியும்?" என்றார்கள்.

இந்த விஷயம் உடனடியாக பரமாச்சாரியாருக்குத் தெரிய வந்தது. சமையல் கலைஞரை அழைத்து விவரம் கேட்டார்.

“எனக்குத் தெரிந்த வரையில் கழு நீரில் நன்றாக அலம்பி, புளி விட்டுக் கொதிக்க வைத்துத்தான் பண்ணினேன். ஆனால் அதற்கெல்லாம் கருணைக் கிழங்கு மசியவில்லை. மசியல் அத்தனையும் வீணாகிவிட்டது” என்று படபடப்பாகக் கூறினார்.

அதற்குப் பெரியவா, “கருணைக் கிழங்கு வேக வைக்கிற போது அதோடு கொஞ்சம் வாழைத் தண்டையும் வெட்டிப் போட்டு வேக வைக்க வேண்டும். அரிக்காது” என்று யாருக்கும் தெரியாத புதிய யோசனை ஒன்றைத் தெரிவித்தார்.

அதன்படி மறுநாள் கருணைக் கிழங்கு மசியல் செய்யப் பட்டது. அரிக்கவே இல்லை. அனைவரும் விரும்பி ருசித்துச் சாப்பிட்டனர்.

காஞ்சி மகான் வேதங்களில் மட்டுமல்லாமல் சமையல் கலையிலும் வல்லவர் என்பதை அன்றுதான் மடத்தில் உள்ளவர்களே தெரிந்து கொண்டனர்.

சர்வக்ஞர் அவர்!

வாய்ஸ் ரெக்கார்டர்

இந்த சம்பவம் நிகழ்ந்தது 1950களில்.

வானொலி நிருபர் ஒருவர் காஞ்சி மகானைப் பேட்டி கண்டார். அதனை தனது டேப் ரெக்கார்டரில் அவர் பதிவு செய்து கொண்டிருந்தார்.

அப்போது திடீரென்று, ‘‘முதன் முதலாக உலகில் அறிமுகமான வாய்ஸ் ரெக்கார்டர் எதுவென்று யாருக்காவது தெரியுமா?” என்று கேட்டார் பெரியவா.

யாருக்குமே தெரியவில்லை. அனைவருமே ஒரே மாதிரி உதட்டைப் பிதுக்கி ‘தெரியாது’ என்பதை வெளிப்படுத்தினார்கள்.

“பரவாயில்லை, விஷ்ணு சகஸ்ரநாமம் நமக்கு எப்படிக் கிடைத்தது என்றாவது தெரியுமா?” என்று மற்றொரு கேள்வியை முன்வைத்தார்.

அப்போது ஒருவர், “விஷ்ணு சகஸ்ரநாமத்தை நமக்குத் தந்தவர் பீஷ்மர்” என்றார்.

உடனே கூட்டத்தில் இருந்த அனைவருமே உரத்த குரலில் ‘ஆம்’ என்று ஆமோதித்தனர்.

பரமாச்சாரியார் மெல்ல சிரிப்பை வெளிப்படுத்தினார். எனினும் அவர்களை அவர் லேசில் விடுவதாக இல்லை. இன்னும் ஒரு கேள்வியைத் தூக்கிப் போட்டார்.

"குருக்ஷேத்திரத்தில் அனைவரும் பீஷ்மர் சொன்ன விஷ்ணு சகஸ்ரநாமத்தை பக்தியோடு கேட்டுக் கொண்டிருந்தபோது அதைக் குறிப்பெடுத்துக் கொண்டது யார்?" என்று கேட்டார்.

இப்போது அனைவரும் அமைதியாக இருந்தார்கள்.

யாருக்கும் பதில் தெரியவில்லை.

"ஸ்ரீகிருஷ்ணபரமாத்மாவின் பெருமைகளையும், புகழையும் விஷ்ணு சகஸ்ரநாமத்தால் பீஷ்மர் விளக்கிக் கொண்டிருந்தபோது

ஸ்ரீகிருஷ்ணரும், வியாசரும் கூட வேறெந்த நினைப்பும் இல்லாமல் பீஷ்மரையே உன்னிப்பாகக் கவனித்துக் கொண்டிருந்தார்கள். ஆயிரம் நாமங்களையும் பீஷ்மர் சொல்லி முடித்த பிறகுதான் அனைவருமே சுயநினைவுக்கு வந்தனர்.

அனைவரும் நினைவுக்கு வந்ததும் அதனைக் குறிப்பேதும் எடுத்துக் கொள்ளாமல் தவறவிட்டது முதலில் யுதிஷ்ட்ரருக்குத் தான் வந்தது.

"ஸ்ரீவாசுதேவரின் ஒப்பற்ற பெருமையைப் பறைசாற்றும் ஆயிரம் புனித நாமாக்களை பிதாமகர் கூறினார். நாம் அனைவரும் அதனைக் கேட்பதில்தான் கவனமாக இருந்தோமே தவிர, அதனைக் குறிப்பெடுத்துக் கொள்ளத் தவறிவிட்டோம். அற்புதமான ஒரு விஷயத்தை நாம் இழந்து நிற்கிறோம்" என்று பெரும் வருத்தத்தோடு கூறினார்.

அப்போதுதான் மிகப் பெரிய தவறு செய்துவிட்டதை அனைவருமே அறிந்தனர். என்ன செய்வது என்று கவலையில் மூழ்கினர்.

யுதிஷ்ட்ரர் ஸ்ரீகிருஷ்ணபரமாத்மாவிடம், "ஆயிரம் புனித நாமாக்களை மீட்டுத்தர தாங்கள்தான் உதவ வேண்டும்" என்று வேண்டினார்.

ஆனால் கிருஷ்ணபரமாத்மாவோ, "நான் எப்படி உதவுவது? உங்களைப்போலத்தான் நானும் ஆச்சாரியர் பீஷ்மரையே கவனித்துக் கொண்டிருந்தேன். நான் என்ன செய்ய முடியும்?" என்று வழக்கம் போலக் கையை விரித்தார்.

ஆனால் பரமாத்மா வேண்டுமென்றே இப்படிச் சொல்வதாக நினைத்த அனைவரும் ஒன்று சேர்ந்து, "நீங்கள் அனைத்தும் அறிந்தவர் வாசுதேவா! உங்களால் முடியாதது என்பது எதுவுமே கிடையாது. பெருமைமிக்க பரந்தாமனின் ஆயிரம் புனித நாமாக்களை மீட்டுத்தர உங்களால் நிச்சயமாக முடியும். தயவுசெய்து எங்களுக்கு உதவுங்கள் பரமாத்மா" என்று வேண்டினர்.

இதற்குமேல் இவர்கள் விடமாட்டார்கள் என்பதை உணர்ந்த கிருஷ்ணபரமாத்மா, "இதனைக் கச்சிதமாக செய்ய முடிந்த ஒருவர் உங்களுக்குள்ளேயே இருக்கிறார்" என்று மெல்லிய புன்னகையோடு கூறினார்.

அவர் யாரைக் குறிப்பிட்டுச் சொல்கிறார் என்பது யாருக்கும் புரியவில்லை.

“சகாதேவனைத்தான் சொல்கிறேன். நாமாக்களை அவர் மீட்டுச் சொல்ல, வியாசர் குறிப்பெடுத்துக் கொள்வார்” என்றார் பரந்தாமன்.

ஆனால் எல்லோருக்கும் இதில் நம்பிக்கை இல்லை. “சகாதேவனால் எப்படி ஆயிரம் நாமாக்களையும் நினைவில் வைத்துச் சொல்ல முடியும்?” என்று கேட்டனர்.

“சகாதேவனால் மட்டுமே மீட்க முடியும் என்பதற்கு ஒரு முக்கியக் காரணம் உள்ளது. அவர் மட்டுமே சுத்த ஸ்படிக மாலையை அணிந்துள்ளார். சிவபெருமானைத் தியானித்து, பிரார்த்தனை செய்து இதனை வாங்கியுள்ளார் சகாதேவன். இது சுத்த ஸ்படிகம். சகாதேவனால் உள்வாங்கியுள்ள சகஸ்ரநாமத்தை சப்த அலைகளாக மாற்றிவிடும். அதனைக் கேட்டு வியாசர் எழுதிக் கொள்வார்” என்றார் வாசுதேவன்.

சுத்த ஸ்படிகம் அமைதியான சூழ்நிலையில் எழுகின்ற சப்தங்களை கிரகித்துக் கொள்ளும் சக்தி உடையது. ஸ்வேதம்பரராகவும், ஸ்படிகமாகவும் இருக்கும் சிவபெருமானைத் தியானித்து அந்த சப்தங்களை மீட்க முடியும்.

இதனையடுத்து சகாதேவனும், வியாசரும் எழுந்து சென்று பீஷ்மர் சகஸ்ரநாமம் அருளிய அதே இடத்தில் அமர்ந்தனர். சகாதேவன் சிவபெருமானைப் பிரார்த்தித்தார். சற்று நேர தியானத்திற்குப் பிறகு சஹஸ்ரநாமத்தை மீட்கத் தொடங்கினார்.

சுத்த ஸ்படிக மாலைதான் உலகிலேயே முதல் வாய்ஸ் ரெக்காட்டர். அதுவேதான் நமக்கு அற்புதமான விஷ்ணு சகஸ்ரநாமத்தைத் தந்தது” என்று சொல்லி முடித்தார் பெரியவா உற்சாகமாக.

கொலைகாரன்

வழக்கம்போல ஸ்ரீமடத்தில் பக்தர்களுக்கு அருள்பாலித்துக் கொண்டிருந்தார் பெரியவா. அனைவரிடமும் உற்சாகமாகவே பேசிக் கொண்டிருந்த அவர் திடீரென்று முகம் மாறினார். சட்டென்று தனது பேச்சை நிறுத்திக் கொண்டார். எழுந்தார்.

“நான் மட்டும் தனியாக வெளியே போய்விட்டு வருகிறேன். யாரும் என்னைப் பின்தொடர்ந்து வரவேண்டாம்” என்று சொல்லி விட்டு வேகமாக நடந்து வெளியேறினார்.

அனைவரும் குழப்பத்தில் தவித்தனர்.

பெரியவா மட்டும் தனியாக வெளியே செல்வது அவர்கள் யாருக்குமே சம்மதம் இல்லை. ஆனாலும் யாரும் வரக்கூடாது என்ற பரமாச்சாரியாரின் உத்தரவை மீறுவதற்கும் யாருக்கும் துணிவில்லை.

ஒருவித படபடப்போடு காணப்பட்டனர்.

சற்றுநேரம் கழித்து பெரியவா திரும்பி வந்ததும்தான் அவர்கள் அனைவருக்குமே மூச்சு வந்தது. நிம்மதி அடைந்தார்கள்.

மீண்டும் தனது இருக்கையில் அமர்ந்த காஞ்சி மகானிடம் எப்படிக் கேட்பது என்று அனைவரும் ஒருவித தயக்கத்தோடு இருந்தனர்.

பக்தர்களின் தயக்கமும், குழப்பமும் அவருக்குத் தெரியாதா என்ன?

பெரியவாளே நடந்ததைப் பற்றிக் கூறத் தொடங்கினார்.

"நான் எங்கே போனேன் என்று நீங்கள் எல்லோரும் கவலைப் படுவது எனக்குத் தெரியும். ஒரு கொலைகாரன் என்னைப் பார்க்க வந்தான். அவன் மடத்துக்குள் வந்தால் கூடவே அவனுடைய பாவமும் உள்ளே வந்து ஒட்டிக்கொள்ளும்.

இருந்தாலும் அவன் இங்கே வந்தது நல்ல எண்ணத்தோடு தான். அவனது சங்கடத்தை நான் போக்குவேன் என்ற நம்பிக்கையோடுதான் அவன் வந்தான். அப்படி நம்பி வருபவனுக்கு ஆறுதல் சொல்ல வேண்டியது என்னுடைய கடமை, பொறுப்பு.

அவனுக்கு ஆறுதலும் சொல்ல வேண்டும். அதே சமயத்தில் அவனை மடத்திற்குள் வருவதற்கும் அனுமதிக்கக் கூடாது. அதனால் நானே வெளியே போய் பேசி அவனுக்கு ஆறுதல் சொல்லிவிட்டு வந்துவிட்டேன்.

ஒருவேளை நான் இப்படிச் செய்யாமல் அவன் உள்ளே வந்து, பிறகு அவனை மட்டும் நான் தனியாக அழைத்துச் சென்று பேசினால் அது அவனுக்கு மேலும் சங்கடத்தைத் தந்திருக்கும்" என்று விளக்கினார்.

அதைக்கேட்டு அனைவரும் மூக்கின் மேல் விரலை வைத்து அதிசய ஆழ்கடலில் மூழ்கித் திளைத்தனர்.

பாவி என்றாலும், மனம் திருந்தத் துடிக்கும் ஒருவனைச் சந்தித்துப் பேசி, அவன் துயர் துடைத்த காரணத்தால்தான் அவர் பரமாச்சாரியார் என்று அழைக்கப்படுகிறார்.

அன்பே பக்தி

அன்பு என்பது பொதுவானது. ஆயினும் அது யாரைக் குறித்து வைக்கப்படுகிறது என்பதைப் பொறுத்து அதற்கு வேறு வேறு பெயர்கள் அமைந்துள்ளன.

சம வயதைச் சார்ந்தவர்களிடம் வைக்கும் அன்புக்கு நட்பு அல்லது சிநேகிதம் என்று பெயர்.

பெரியவர்களிடம் வைக்கும் அன்புக்கு மரியாதை என்று பெயர்.

குழந்தைகளிடம் காட்டும் அன்பு வாத்சல்யம் என்று விளிக்கப் படுகிறது.

கதாநாயகன், கதாநாயகியிடம் காட்டும் அன்புக்குப் பெயர் சிருங்காரம்.

நம்மைப் போன்ற சாதாரணர்கள் நம்மை விடக் கஷ்டப்படு கிறவர்களிடமும், தீனர்களிடமும் கொண்டிருக்கும் அன்புக்குப் பெயர் பரிவு.

நம்மைவிட மகா பெரியவர்கள் நம்மிடம் வைக்கும் அன்பை, அருள், கிருபை என்பர்.

பரிவாக ஓர் ஆறுதல் தருவதாக மட்டுமன்றி தீன நிலையை, கஷ்ட ஸ்திதியை அகற்றும் சக்தியே மகான்களின் அருளில் இருக்கிறது.

அதன் உச்ச நிலைதான் ஈஸ்வரன் நம்மிடம் வைக்கும் பரிவான அன்பு. பரம கருணை, அநுக்ரஹம் என்றும் அதனை நாம் அழைக்கிறோம்.

அந்த ஈஸ்வரனிடம் நாம் கொண்டிருக்கும் உயர்ந்த அன்பு தான் பக்தி என்று சொல்லப்படுகிறது.

இவ்வாறு அருளுரைத்தவர் காஞ்சிப் பெரியவா.

மகான்

காஞ்சி சங்கர மடத்திற்கு வெகு அருகாமையில் முஸ்லீம்களின் தர்கா ஒன்று உள்ளது. அங்கு தொழுகை நடத்தும் போது எழுப்பப்படும் ஒலியானது மடத்தில் நடைபெறும் பூஜைகளுக்கு இடையூறாக இருப்பதாகப் பக்தர்கள் மட்டுமல்லாது மடத்து ஊழியர்கள் பலரும் கருதினர்.

எனவே இது தொடர்பாக அரசாங்கத்திற்கு மனு ஒன்றை அவர்கள் அனுப்பி வைத்தனர்.

சங்கர மடத்தில் இருந்து மனு வந்துள்ளது என்பதால் அரசு அதிகாரிகள் உடனடியாக நடவடிக்கை எடுக்க ஆவன செய்தனர். நேராக மடத்திற்கே வந்து மகா பெரியவாளிடம் அது பற்றி விவாதித்தனர்.

அப்போது பரமாச்சாரியார், "அவரவர் சௌகரியப்படி அவரவர் வழிபாடுகளை நடத்திக் கொள்ளலாம். அதற்குத் தடை எதுவும் வரக் கூடாது. அவசரப்பட்டு எதையும் செய்துவிட வேண்டாம்" என்று அதிகாரிகளிடம் மிகத் தெளிவாகக் கூறி விட்டார் காஞ்சி மகான்.

மதங்களைக் கடந்தவர் அவர்.

எனவேதான் அவர் மகான்!

கஜ கர்ணம்

கஜம் என்றால் யானை என்று அர்த்தம். 'கஜ கரணம்' என்றால் யானை மாதிரி கர்ணம் அடிப்பது என்று பொருள்.

அதாவது பொதுவாக ஒரு செயலைச் செய்ய முடியாது என்பதற்கு 'என்னதான் கஜ கர்ணம் போட்டாலும் உன்னால் முடியாது' என்று சொல்வது வழக்கம்.

ஆனால் உண்மையில் நாம் நினைக்கும் அர்த்தம் சரிதானா என்று கேட்டால் அது தவறு என்பதுதான் உண்மை. ஏனென்றால் அதற்கு பெரியவா சொல்லும் அர்த்தம் என்ன தெரியுமா?

"விலங்கினத்தில் யானை மட்டுமே காதை விசிறி மாதிரி இயல்பாகவே ஆட்டிக் கொண்டிருக்கும் தன்மை படைத்தது. இதனை 'கஜ தாலம்' என்று சொல்வார்கள்.

'தாலம்' என்றால் 'பனையோலை விசிறி' என்று அர்த்தம். விசிறி போன்று காதை ஒரே சீராக தாளம் போடும் விதத்தில் அசைப்பது என்பது யானையின் இயல்பு.

அவ்வாறு தங்கள் காதை ஆட்டுவதற்கு மனிதர்களால் முடியுமா?

அது மிகவும் சிரமம். அதைத்தான் 'கஜ கர்ணம்' போட்டாலும் நடக்காது என்பார்கள். அதுவே நாளடைவில் 'கஜ கரணம்' என்றாகிவிட்டது. கரணம் என்பது 'குட்டிக் கரணம்' என்ற பொருளாகிவிட்டது. அதாவது யானையைப்போல குட்டிக் கரணம் போட்டாலும் நடக்காது என்ற பொருளாகிவிட்டது.

அதேபோல 'கோ கர்ணம்' என்றும் சொல்வது உண்டு. அதாவது 'கோ' என்றால் 'பசு' என்று பொருள். 'கர்ணம்' என்பது இங்கு பசுவின் காதைக் குறிப்பதில்லை. மாறாக வினைச் சொல்லாக வரும். 'கர்ணம்' என்ற சொல்லுக்கு 'குத்துவது, துளைப்பது' என்று பொருள்.

மாட்டின் உடம்பில் விரல் அல்லது தார்க்குச்சி கொண்டு குத்தினால் அது கோலமிட்டதுபோல அலைஅலையாக உடல் முழுவதும் ஒரு சலனம் பரவும். இதே மாதிரி மனிதர்களால் செய்து காட்ட முடியுமா என்றால் முடியவே முடியாது.

ஆக, நடக்கவே முடியாத செயல்களை 'கஜ கர்ணம்' என்றும், 'கோ கர்ணம்' என்றும் முன்னோர்கள் கூறினர்."

கறுப்புக் கொடி

சென்னையில் முகாமிட்டிருந்த பெரியவா அங்குள்ள சமஸ்கிருத கல்லூரியில் இருந்து மயிலாப்பூர் கபாலீஸ்வரர் கோயிலுக்குச் சென்றார்.

வழியில் லஸ் கார்னரில் அவருக்குக் கறுப்புக் கொடி காட்டி எதிர்ப்பு தெரிவிப்பதற்காக ஒரு கூட்டம் அங்கு கூடியிருந்தது. அப்போது தமிழக முதல்வராக இருந்தவர் பக்தவச்சலம். அவர் காஞ்சிப் பெரியவரின் தீவிர பக்தர்.

பரமாச்சாரியார் செல்கிறபோது அசம்பாவிதம் எதுவும் நடந்துவிடக் கூடாது என்பதற்காக போலீஸ் பாதுகாப்பைப் பலப் படுத்தியிருந்தார்.

எனினும் அதையும் மீறி பெரியவா அங்கே வந்ததும் அந்தக் கூட்டம் கறுப்புக் கொடியை உயர்த்தி, எதிர்ப்பு முழக்கங்களை எழுப்பிக் கொண்டிருந்தது.

அதைப் பார்த்து மகான் திரும்பிச் சென்றுவிடுவார் என்பது அந்தக் கூட்டத்தின் எதிர்பார்ப்பாக இருந்தது.

ஆனால் நடந்தது வேறு.

காஞ்சி மகான் தனது மேனாவை அங்கே நிறுத்தச் சொன்னார்.

இதைப் பார்த்த அந்த எதிர்ப்புக் கூட்டம் குழப்பமடைந்தது. பெரியவா என்ன செய்யப் போகிறார் என்று புரியாமல் திகைத்து நின்றது.

அந்தக் கூட்டத்தில் இருந்தவர்களைப் பார்த்த மகான், தன் அருகே வருமாறு கூறினார்.

இப்படியொரு நிகழ்வை எதிர்பாராத அந்தக் கூட்டம் சற்று தயங்கியது. அவர்கள் முகங்களில் பயம் இழையோடியது. அத்துடன் சற்று பின்வாங்கவும் ஆரம்பித்தது.

இதைக் கவனித்த பரமாச்சாரியார், “பயப்படாமல் அவர்களை அருகே வரச் சொல்” என்று மறுபடியும் தனது சிஷ்யர்களிடம் கூறினார்.

இதற்கு மேலும் அருகே செல்லாமல் இருப்பது நன்றாக இருக்காது என்று நினைத்து அந்தக் கூட்டத்தினர் மகானின் அருகே வந்தனர்.

“நீங்கள் எல்லோரும் க்ஷேமமா இருக்கணும்” என்று தன் இரு கரங்களையும் தூக்கி அவர்களை ஆசிர்வதித்தார்.

இதைப்பார்த்த அந்த எதிர்ப்புக் கூட்டத்தினர் கண்கலங்கி விட்டனர். அப்புறம் கைகூப்பி அவரை வணங்கினர்.

ஒரே இடம்

“**நா**யன்மார்கள் சிவபரமாகப் பாடினார்கள்.

ஆழ்வார்கள் விஷ்ணுவை பரம்பொருளாகப் பாடினார்கள்.

வேதம் சகல தெய்வங்களையும் ஒரே மாதிரி ஸ்தோத்திரம் செய்திருக்கிறது.

உபநிஷத்தில் தெய்வம் பற்றி அதிகம் பேசப்படவில்லை. எல்லாம் ஆத்ம தத்துவமாகச் சொல்லி இருக்கிறது.

தெய்வம், தத்துவம் இவைகளைப் பற்றிச் சொல்லி இருந்தாலும், அதைவிட அதிகமாக தர்மம், நன்னெறி ஆகியவற்றை அதிகமாகச் சொல்லி இருக்கிறார் திருவள்ளுவர்.

இப்படி ஒவ்வொன்றும் ஒவ்வொன்றைச் சொன்னால் எதை நாம் எடுத்துக் கொள்வது என்று கேட்டால், எதை எடுத்துக் கொண்டாலும் தப்பில்லை என்றே சொல்வேன்.

நாம் எடுத்துக் கொண்டதை நடுவில் விட்டுவிடாமல், அதையே நம்பிக்கையோடு பிடித்துக் கொண்டே இருந்தால், முடிவில் எது பரமார்த்த சத்தியமோ அதை அடைந்து விடுவோம்.

ஆரம்பத்தில் இவை வேறு வேறு வழிகளாகத் தோன்றினாலும், முடிவில் எல்லாம் கொண்டு சேர்க்கிற இடம் ஒன்று தான். என்பதை நாம் புரிந்துகொள்ள வேண்டும்” என்கிறார் காஞ்சிப் பெரியவர்

உபதேசங்கள்

கோயில் வழிபாடும், கடவுளுக்கு நைவேத்யம் படைப்பதும் நன்றி செலுத்துவதன் அடையாளமே...

கடவுளின் அருள் இல்லாமல் புல்லைக் கூட படைக்கும் சக்தி நமக்கில்லை..

பாவம் தீர வழி தெரியாமல் அலைகின்றனர்.. கணப் பொழுதில் பாவம் போக்கும் பொருள் ஒன்று உள்ளது... அதுவே

கடவுளின் திருநாமம்.. நாக்கு பெற்றதன் பயன், பக்தியுடன் கடவுளின் பெயரைச் சொல்வது மட்டுமே...

ஓர் அழகியை நினைத்தால் காமம் வரும்.. துஷ்டனை நினைத்தால் பயமும், கோபமும் வரும்.. சுத்த ஸ்படிகமாக விளங்கும் பரமேஸ்வரனை நினைத்தால் நம் மனம் சுத்த ஸ்படிகமாகும்..

அவன் தான் எப்போதும் ஆனந்த ஸ்வரூபியாய் இருக்கிறான்.. துக்கமில்லாதவனாக இருக்கிறான்.. அவனை நினைத்தால் ஆனந்தம் ஏற்படும்... துக்கம் ஒழியும்..

கடவுளைப் பூஜிப்பதால் மனம் சுத்தம் அடைவதோடு, புண்ணியமும் உண்டாகிறது..

பூஜை மட்டுமில்லாமல், சாப்பிடும்போது மனதிற்குள், கருணையால், 'எனக்கு அன்னம் கொடுத்த கடவுளுக்கு நன்றி' என்று சிந்திப்பது இன்னும் நல்லது.

உலகிலுள்ள அனைத்தும் கடவுளுக்குச் சொந்தமானது. நாம் அனுமதிக்கும் எல்லாவற்றையும் அவருக்குச் சமர்ப்பித்த பிறகே பயன்படுத்த வேண்டும்..

பக்தியோடு உண்பதால் மனதில் நல்லெண்ணம் உண்டாகும். இந்தப் பழக்கம் நாம் நல்லவர்களாக வாழ்வதற்கு வழி வகுக்கும்..

நாம், 'இதைச் சாதித்தோம், அதைச் சாதித்தோம்' என்று அகம்பாவப்பட கொஞ்சம் கூட நியாயம் இல்லை.

நாம் எதையும் சாதிப்பதற்கான புத்தியோ, தேக பலமோ எங்கிருந்து வந்தது? இந்தப் பிரபஞ்ச காரியங்கள் அனைத்தையும் செய்கிற ஒரு மகா சக்தியிடமிருந்தே நம்முடைய சக்தியெல்லாம் வந்திருக்கிறது. அது இல்லாவிட்டால் நம்மால் ஒரு சுவாசம் கூட விட முடியுமா?

ஒருநாள் இத்தனை சாதித்ததாக எண்ணிக் கர்வப்படுகிற நம்மை விட்டு சுவாசம் போய் விடுகிறது. அப்போது நம் சக்தி எல்லாமும் சொப்பனம் மாதிரிப் போய் விடுகிறது.

கொஞ்சம் யோசித்துப் பார்த்தால் கூட, சக்தி சமுத்திரமாக இருக்கப்பட்ட அம்பாளின் ஒரு சிறு துளி அனுக்கிரஹத்திலேயே

நடக்கிற காரியங்களை, நம்முடையதாக நினைத்து அகம்பாவப் படுவது அசட்டுத்தனம் தான் என்று தெரியும். எத்தனைக்கு எத்தனை இதை அனுபவத்தில் தெரிந்து கொண்டு அம்பாளுக்கு முன் ஒரு துரும்பு மாதிரி அடங்கிக் கிடக்கிறோமோ அத்தனைக்கு அத்தனை அவள் அனுக்கிரஹமும் அதிகம் கிடைக்கும்..

நல்ல விஷயத்தில் கவனம் செலுத்தி வந்தால் மனம் பளிங்கு போல தூய்மையாக இருக்கும்.

நிறைவேறாத ஆசைகளே மனதில் காமம், கோபம் ஆகிய தீய எண்ணங்களாக வெளிப்படுகின்றன.

திருநீறும், திருமண்ணும் உலகின் நிலையாமையை உணர்த்தி நம்மைச் செம்மைப்படுத்துகின்றன

நீங்கள் இருக்கும் இடம் எல்லாருக்கும் மகிழ்ச்சியைத் தரட்டும்.

ஒவ்வொரு உயிரிலும் கடவுள் குடி கொண்டிருக்கிறார்.

எடுத்துச் சொல்வதை விட எடுத்துக்காட்டாக இருங்கள்.

எல்லாம் ஒன்றே என்ற ஞானம் பெறுவதே பக்தியின் பயன்.

கடவுளின் இருப்பிடமான மனம் மனிதனுக்குக் கிடைத்த பொக்கிஷம். அதைப் பாதுகாப்பது நம் கடமை.

உலகைப் படைத்த கடவுளுக்கு நன்றி செலுத்தவே கோவில் வழிபாட்டை முன்னோர் ஏற்படுத்தினர்.

கடவுள் மனிதனுக்குப் புத்தியைக் கொடுத்திருக்கிறார். அதைப் பயன்படுத்தி நற்செயலில் மட்டுமே ஈடுபட வேண்டும்.

பக்தியும், சேவையும் மிகவும் முக்கியமானவை. இதில் ஒன்றால் மற்றொன்று பெருமை பெறுகிறது.

பார்க்கப்படுகிற வஸ்து, பார்க்கிற வஸ்து எல்லாம் பரமாத்ம சொரூபம். பரமாத்ம சொரூபத்தோடேயே ஆத்மா ஒன்றுபட்டுப் பிரகாசிக்கிறது.

நம்மை விட்டு என்றைக்கும் பிரிக்க முடியாத பந்துவாக இருக்கிற பரமாத்வாவிடம் தன்னை அறியாமலேயே சித்தம் போய்ச் சேர்ந்து விடும் படியாகச் செய்கிறது பக்தி.

நிறைந்து நின்ற ஒன்றைத் தெரிந்து விட்டால் நிறைந்து போகிறது.

நல்ல சீலங்கள், நல்ல குணங்கள் வர வேண்டுமென்றால் நல்ல ஆசாரங்கள் இருக்க வேண்டும்.

மனம் நன்றாக இருந்தால் மட்டுமே சீலம் வரும். கெட்டது என்பதே மனதில் புகாத படி நல்லது நிரம்பியிருந்தால் தான் சீலம் வரும்.

கண்ணாடியைப் பார்க்கிறோம். அழுக்காக இருந்தால் பார்க்க முடிகிறதா? சுத்தமாகத் துடைத்து விட்டுப் பார்த்தால் நன்றாகத் தெரியும். கண்ணாடி சுத்தமாக இருப்பதுடன் அசையாமல், நிலையாகவும் இருக்க வேண்டும். அப்போது தான் உண்மை பிரகாசிக்கும்.

சித்தம் என்பது ஒரு கண்ணாடி போன்றது. பரம்பொருள் தான் உண்மை!

உலகைப் படைத்த அவனைத் தெரிந்து கொள்ள வேண்டுமானால், நம்முடைய சித்தத்தை அழுக்கில்லாமல், ஆடாமல், அசையாமல், நிலையாக வைத்துக் கொள்ள வேண்டும்.

நம் உள்ளத்தில் ஆசை, கோபம் முதலிய பல வியாதிகள் இருக்கின்றன. முன்பு நாம் எல்லோரும் ஒரு விதத்தில் மூட்டைத் தூக்கிகளாக இருந்ததால் தான் இந்த வியாதிகள் வந்திருக்கின்றன. நாம் செய்கிற ஒவ்வொரு தப்பும் சேர்ந்து மூட்டையாகி விடுகிறது. இந்தப் பிறப்புக்கு முன்னால் இன்னொரு பிறப்பில் தப்புக்கள் செய்தோம். அதனால் தான் இந்த உடம்பு என்கிற மூட்டை வந்திருக்கிறது.. இதில் பழைய தப்புக்களின் வாசனையும் இருக்கிறது. அதனால் தான் ஆசை, கோபம் எல்லாம் நமக்கு இருக்கின்றன.

ஞானத்துடன், - அறிவுடன் பார்த்தால் - எல்லாவற்றையும் ஆனந்தமாகவே பார்ப்போம். ஆனந்தம் முடிவில்லாதது. உண்மையாக அறிந்தால் எல்லாம் ஆனந்தம் என்று காண்போம். ஆனந்தம் எல்லையில்லாதது. அது இல்லாத இடமில்லை. ஞானமும் எல்லையில்லாதது. அதுவும் இல்லாத இடமில்லை. எல்லையில்லாத, எங்கும் நிறைந்த பொருள் இரண்டு இருக்க முடியாது. ஆகையால் ஆனந்தமும், ஞானமும் ஒன்றே.. உபநிஷத்தில் ஆனந்தம் தான் பிரம்மம் என்று சொல்லப் பட்டிருக்கிறது. ஆனந்தம், ஞானம், பிரம்மம் எல்லாம் ஒன்றே. அது இல்லாத இடமில்லை என்பதால், அதுவே இந்த ஞானத்தையும், ஆனந்தத்தையும் உடைய ஜீவனும் கூட....

6 அற்புதங்கள்

காஞ்சிப் பெரியவர் நிகழ்த்திய அற்புதங்கள் கணக்கற்றவை. அவற்றை நாம் பட்டியலிட்டால் எண்கள் போதாது. தன்னை நம்பிய பக்தர்களுக்கும், கடவுளைப் பற்றி சதா சர்வகாலமும் சிந்தித்துக் கொண்டிருக்கும் ஆன்மீகவாதிகளுக்கும், ஏழை எளிய மக்களுக்கும், உலக மக்களுக்கும் பெரியவா நிகழ்த்திக் காட்டிய அற்புதங்கள் மிகமிக அதிகம்.

பரமாச்சாரியாரின் அற்புதங்களை எத்தனை முறை வாசித்தாலும் சலிப்பே தட்டுவதில்லை. மீண்டும் மீண்டும் வாசித்து இன்புற வேண்டும் என்ற எண்ணமே மேலோங்கி நிற்கும்.

இன்றும் அற்புதங்களை வழங்கிக் கொண்டிருக்கும் மகானின் வாழ்வில் நிகழ்ந்தவை அனைத்தையும் இங்கே பதிப்பிக்க

வேண்டும் என்ற விருப்பம் நிறையவே உண்டு. ஆனாலும் அது நிஜத்தில் சாத்தியமில்லை என்பதால் ஒருசில வியத்தகு அற்புதங்களை மீண்டும் உங்களிடம் பகிர்ந்து கொள்ள வேண்டும் என்று மனம் பரபரக்கிறது.

கஷ்டமும் நிவர்த்தியும்

அன்றைய நாட்களில் வெள்ளிக் கிழமை தோறும் காஞ்சி மடத்தில் 'தர்க்க சாஸ்திர கூட்டம்' நடைபெறுவது வழக்கம். இதனை 'சதஸ்' என்பார்கள்.

அந்த நாட்களில் மடம் களை கட்டும். வேத முழக்கங்களும், தோரணங்களுமாக விழாக்கோலம் பூண்டிருக்கும்.

பரமாச்சாரியார் நடுநாயகமாக ஆசனம் ஒன்றில் அமர்ந் திருக்க, பண்டிதர்களும், வித்வான்களுமாக பெருங்கூட்டம் அங்கே அலைமோதும்.

ஆன்மீகம், ஆகமம், சாஸ்திரம், சம்பிரதாயம் என்று பல்வேறு தலைப்புகளில் அங்கே வாதங்கள் அனல் பறக்கும். சில நேரங்களில் பெரியவா தலையிட்டு சரியான தீர்ப்பை வழங்கி விவாதத்திற்கு முற்றுப்புள்ளி வைப்பதும் உண்டு.

இந்த சதஸ் விவாத அரங்கிற்கு வரும் பண்டிதர்கள் பெரும் பாலும் வறிய நிலையிலேயே இருந்தார்கள். எனவே அவர்கள் ஒவ்வொருவருக்கும் வித்தியாசம் ஏதும் பாராமல் தலா நூறு ரூபாய் சன்மானம் வழங்கும் பழக்கமும் இருந்தது.

அப்படித்தான் ஒரு வெள்ளிக் கிழமையும் சதஸ் நடந்தது. அதில் சின்ன காஞ்சிபுரத்தில் இருந்து வைணவ பண்டிதர் ஒருவர் கலந்து கொண்டிருந்தார்.

வழக்கம்போல் விவாதம் அன்றும் அனல் பறந்து கடைசியில் முடிவுக்கு வந்தது. பின்னர் பண்டிதர்கள் ஒவ்வொருவருக்கும் மடத்து ஊழியர்கள் சன்மானத்தை வழங்கினார்கள். அனைவரும் அதனைப் பெற்றுக் கொண்டு மலர்ச்சியான முகத்துடன் பெரியவா ளின் பாதமலரில் வீழ்ந்து வணங்கி விடைபெற்றுச் சென்றனர்.

ஆனால் சின்ன காஞ்சிபுரத்து வைணவ பண்டிதரின் முகம் மட்டும் மலர்ச்சி இல்லாமல் வாடிப்போய்க் கிடந்தது. அதற்கும் ஒரு காரணம் இருந்தது. அதாவது அவருக்கு முன்னால் சன்மானம் வாங்கியவர் வயதில் மிகவும் சிறியவர்.

அவருக்கும், தனக்கும் ஒரே அளவிலான சன்மானம் அளிக்கப்பட்டதுதான் அவரது முக வாட்டத்திற்குக் காரணமாக இருந்தது.

அந்த வைணவ பண்டிதரின் உள்ளத்தைப் பெரியவா சட்டென்று மனதிற்குள் படம்பிடித்துவிட்டார்.

அவர் என்ன சாதாரண துறவியா?

மகான்!

பரமாச்சாரியார்!

பரப்பிரம்மம்!

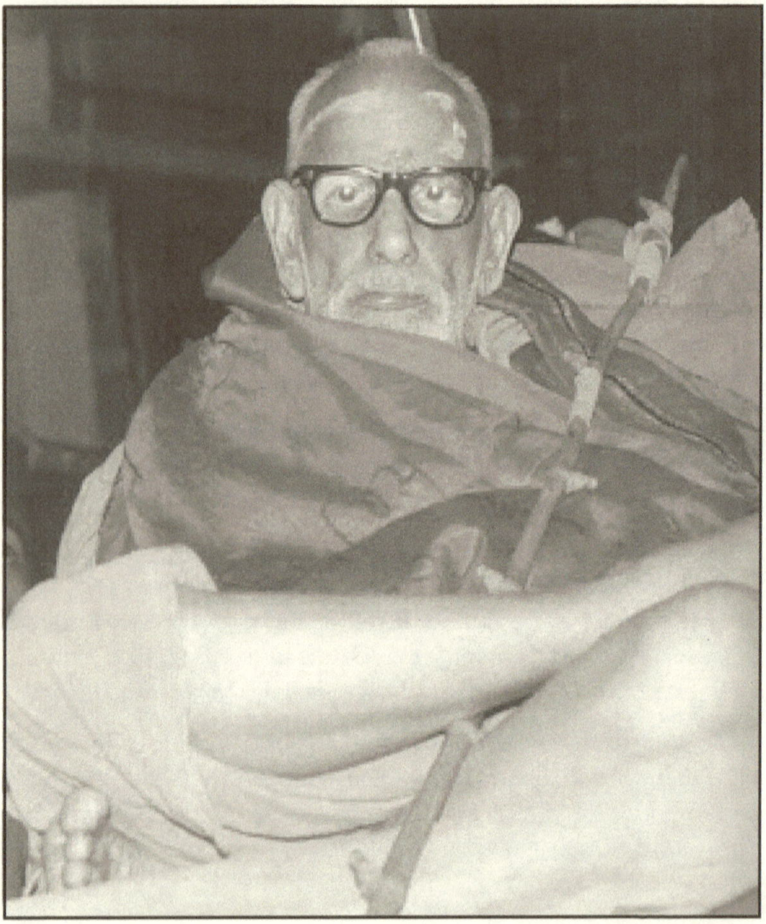

"என்ன ஐயங்கார், திருப்தி தானே?" என்று கேட்டார்.

ஆயினும் சபை நாகரீகம் கருதி தனது உள்ளத்து சங்கடத்தை வெளிப்படுத்தாமல், 'சந்தோஷம் பெரியவா. நான் புறப்படறேன்" என்று தான் கொண்டு வந்திருந்த மஞ்சள் பையைச் சுருட்டி கக்கத்தில் வைத்துக் கொண்டு நடந்தார்.

உள்ளுக்குள் புன்னகைத்துக் கொண்டாலும் வேதம் கற்றுத் தேர்ந்த ஒரு பிராமணர், மனம் வருந்திச் செல்வதை அந்த பரப்பிரம்மம் சாதாரணமாக எடுத்துக் கொள்ளுமா என்ன?

அப்போது மடத்து அதிகாரி ஒருவர், "பண்டிதர்கள் எல்லாருக்கும் சம்பாவனை கொடுத்து முடித்தாயிற்று" என்று பெரியவாளிடம் கூறினார்.

"அப்போ தரிசனத்துக்கு வர்றவாளை வரச் சொல்லுங்கோ. பாவம் ரொம்ப நேரம் வெயிட் பண்றா" என்றார் பரமாச்சாரியார்.

சென்னையில் இருந்து வந்திருந்த வழக்கறிஞர் ஒருவர் தனது குடும்பத்தாருடன் முதன்முதலாக தரிசிக்க வந்தார்.

இரண்டு, மூன்று தட்டுகளில் நிறைய கனிகள், புஷ்பங்கள், முந்திரி, திராட்சை என்று ஏகத்துக்கும் கொண்டு வந்த அவர் அனைத்தையும் பகவானின் திருவடியில் சமர்ப்பித்தார்.

அப்புறம் பெரியவாளிடம், "பெரியவா, ஒரு சிறிய விண்ணப்பம்..." என்று இழுத்தார்.

உடனே பரமாச்சாரியார், "சித்த இருங்கோ" என்றவாறு சற்று தள்ளி நின்ற சிஷ்யன் ஒருவனை சைகை காண்பித்து அழைத்தார்.

உடனே சிட்டாக ஓடிவந்த அந்த சிஷ்யன், மகானின் முன்பாக வந்து பணிவோடு கைகட்டி, வாய் பொத்தி மரியாதை செய்தான்.

"சின்ன காஞ்சிபுரத்திலேருந்து ஐயங்கார் சுவாமிகள் ஒருவர் இப்ப வந்துட்டுப் போனாரே. அவர் வெளியே எங்காவது இருப்பார். இல்லேன்னா பஸ் ஸ்டாண்டுல போயி பஸ்ஸுல பாரு. அங்க ஒக்காந்துண்டிருப்பார். நான் கூப்ட்டேன்னு அவரைப் போய் சட்னு அழைச்சிண்டு வா" என்றார் பெரியவர்.

இப்படியொரு உத்தரவுக்காகவே காத்திருந்ததைப்போல அந்த சிஷ்யனும் துள்ளிக் குதித்துப் பறந்தோடினான்.

எங்கெங்கோ பார்த்தும் காணவில்லை. பெரியவா சொன்ன

மாதிரி பஸ் ஸ்டாண்ட் வந்தபோது அங்கே சின்ன காஞ்சிபுரம் பஸ்ஸில் ஜன்னலோர இருக்கையில் வருத்தமான தோற்றத்தோடு அமர்ந்திருந்தார்.

அவரருகே போய், "ஐயா உங்களை பெரியவா உடனே கூட்டிண்டு வரச் சொன்னா" என்றான்.

ஐயங்காருக்கு ஒன்றும் புரியவில்லை. பெரியவா எதற்காகத் திடீரென்று மீண்டும் அழைக்கிறார் என்று குழப்பமடைந்தார். அதேநேரத்தில் பஸ்ஸில் டிக்கெட்டு எடுத்துவிட்டது வேறு மனதிற்குள் ஓடியது.

"அம்பி, முப்பது காசு குடுத்து டிக்கெட் வாங்கிட்டேன். இப்ப இறங்கி வந்தா முப்பது காசு வீணாகிப் போயிடுமேடா" என்றார்.

இதைக் கேட்டதும் சிஷ்யனுக்குக் கோபம் பொத்துக் கொண்டு வந்தது. "அதெல்லாம் எனக்குத் தெரியாது. பெரியவா கூட்டிண்டு வரச் சொன்னா. அந்த டிக்கெட்டக் கிழிச்சிப் போட்டுட்டு வந்திடுங்கோ. வேணா அந்த முப்பது காசை நானே தந்துடறேன்" என்றான் சிஷ்யன்.

சிஷ்யனின் பிடிவாதத்தால் என்ன செய்வது என்று தெரியாத குழப்பத்துடன் தவித்தார் ஐயங்கார்.

இந்த உரையாடலைக் கவனித்துக் கொண்டிருந்த நடத்துனர், "ஐயரே! அந்த டிக்கெட்ட எங்கிட்ட கொடு. நானே முப்பது காசத் தந்திடறேன். மடத்து சாமி கூப்பிடுதுன்னா ஏதாச்சும் முக்கியமாக இருக்கும். அவனவன் அவரப் பாக்கறதுக்காக எங்கிருந்தெல்லாமோ வர்றான். நீர் என்னடான்னா முப்பது காசுக்குப் போய் யோசிக்கிறீர்" என்றார்.

இதைக் கேட்டதும் சட்டென்று இருக்கையை விட்டு எழுந்த ஐயங்கார், சட்டைப் பையில் சுருட்டி வைத்திருந்த டிக்கெட்டை நடத்துனரிடம் கொடுத்து முப்பது காசையும் வாங்கிப் பத்திரப் படுத்திவிட்டு மடத்தை நோக்கி நடந்தார்.

மடத்திற்குள் அவர்கள் நுழைந்தபோது கூட்டம் அலை மோதிக் கொண்டிருந்தது. பெரியவா முன்பு அந்த சென்னை வழக்கறிஞர், தனது குடும்பத்தினருடன் இன்னும் அப்படியே அமர்ந்து கொண்டிருந்தார்.

அங்கே வந்து பவ்யமாக நின்ற ஐயங்காரிடம், "என்ன ஐயங்கார் சுவாமிகளே! கண்டக்டர் கிட்டேர்ந்து முப்பது காசு

வாங்காம பஸ்ஸ விட்டு இறங்க மாட்டீராக்கும்?" என்று பெரியவா கிண்டலாகக் கேட்டதும் அங்கிருந்த அனைவருமே கொல்லென்று சிரித்துவிட்டனர்.

ஐயங்கார் அதிர்ந்துவிட்டார். 'இது எப்படி பெரியவாளுக்குத் தெரிந்தது?!'

நீண்ட நேரம் அப்படியே அமர்ந்திருந்த வழக்கறிஞர் இன்னும் தாமதமாகக்கூடுமோ என்று நினைத்து பெரியவாளிடம், "சுவாமி ஒரு விண்ணப்பம்...' என்று மீண்டும் இழுத்தார்.

அதற்கு பரமாச்சாரியார், "சித்த இருங்கோ. உங்க விஷயத்துக்குத்தான் வர்றேன்" என்றார். அப்புறம் ஐயங்காரை வழக்கறிஞர் அருகே அமரச் செய்தார்.

"வக்கீல் சார், இவரோட அட்ரஸக் கேட்டுக் கொஞ்சம் தெளிவா குறிச்சுக்கோங்கோ" என்றார்.

'எதற்காக இந்த ஐயங்காரின் விலாசத்தை நான் குறித்துக் கொள்ள வேண்டும்?' என்று புரியாமல் குழம்பினார் வழக்கறிஞர். ஆனாலும் பெரியவாளின் சொல்லைத் தட்ட முடியாமல் தனது குறிப்பேட்டில் அவ்வாறே முகவரியைக் குறித்துக் கொண்டார்.

உடனே ஐயங்காரைப் பார்த்து, "நீங்க உடனே புறப்படுங்கோ. அடுத்த பஸ் வந்துடுத்து. பஸ் ஸ்டாண்டில போய் அதில ஏறி மறக்காம முப்பது காசு டிக்கெட்டையும் எடுத்துடுங்கோ" என்று சொல்லி உரக்கச் சிரித்தார் பரமாச்சாரியார்.

வெளியே வந்து விரைவாக நடந்து பஸ் ஸ்டாண்டை அடைந்தால் அங்கே சின்ன காஞ்சிபுரம் செல்லும் பஸ் புறப்படத் தயாராக நின்றிருந்தது.

வேகமாகச் சென்று அதிலேறி ஜன்னலோரமாக அமர்ந்த ஐயங்கார் மறக்காமல் முப்பது காசு டிக்கெட் எடுத்தார். அவர் மனதோ, 'பெரியவா சொன்ன மாதிரியே பஸ் ரெடியா நின்றதே!' என்பதை நினைத்து வியந்து கொண்டிருந்தது.

அத்துடன், 'எதற்காக வக்கீலிடம் என்னோட அட்ரஸக் கொடுக்கச் சொன்னார்?' என்பதை எண்ணிக் குழம்பவும் செய்தது.

ஐயங்கார் எழுந்து சென்றதும், வழக்கறிஞர் மீண்டும் தனது பாட்டை ஆரம்பித்தார். "பெரியவா... ஒரு விண்ணப்பம்..." என்றார்.

உடனே பரமாச்சாரியார், "உன்னோட விண்ணப்பம்தான் பூர்த்தி ஆயிடுத்தே. அப்புறம் என்ன?" என்று கேட்டார்.

“பெரியவா, நான் என்னோட விண்ணப்பத்த இன்னும் சொல்லவே ஆரம்பிக்கலையே!” என்று பரிதாபமாகக் கூறினார் அந்த வழக்கறிஞர்.

“உன்னோட விண்ணப்பம் கஷ்டப்படற வேதம் படிச்ச ஒரு பிராமணனுக்கு மாசா மாசம் ஏதாச்சும் பணம் அனுப்பணும்னு ஆசைப்படறே! அப்படித்தானே?” என்று வினவினார்.

வழக்கறிஞர் ஒரு கணம் ஸ்தம்பித்துப் போனார். அவரின் மொத்த உடல் மற்றும் மன அசைவுகளும் அப்படியே நிலைகுத்தி நின்றுவிட்டன.

அப்புறம் சுயநினைவுக்கு வந்ததும், “ஆமா பெரியவா... அதே தான்...” என்றார் இன்னும் அந்த அதிசய வியப்பு நீங்காமலேயே.

“இப்ப நீ அட்ரஸ் குறிச்ச சின்ன காஞ்சிபுரம் ஐயங்கார் சுவாமிகள்தான் நீ தேடற ஆள். நல்ல மனுஷர். ஆனா பாவம் காசுக்குக் கொஞ்சம் கஷ்டப்படறார். இந்த மாசத்திலேர்ந்து இருநூத்து அம்பது ரூபாயை அவர் அட்ரஸுக்கு மணியார்டர் பண்ணிடு. ஒரு மாசம் கூடத் தவறாம மாசா மாசம் அனுப்பி வச்சிடு. நாலு மாசம் அனுப்பிட்டு அஞ்சாவது மாசம் அனுப்பாம போனா எங்கிட்ட வந்து தலையைச் சொறிஞ்சிண்டிருப்பார்” என்றார் பெரியவா.

“பெரியவா உத்தரவு. தவறாம தொடர்ந்து பணத்தை அனுப்பி வச்சுடறேன்” என்று சொல்லி நமஸ்காரம் செய்துவிட்டு சென்னை திரும்பினார் வழக்கறிஞர்.

அப்புறம் சில மாதங்களுக்கு மணியார்டர் ஒழுங்காக வந்து சேருகிறதா என்று மடத்து ஊழியர்களை ஐயங்கார் வீட்டிற்கு அனுப்பி பார்க்கச் சொல்லி திருப்தி அடைந்தார் பரமாச்சாரியார்.

அபிஷேக தீர்த்தம்

பரமாச்சாரியாரின் தீவிர பக்தர்களில் ஒருவர் ரமணன். இவர் திருமணத்திற்கு முன்பிருந்தே பெரியவாளைத் தரிசித்து அவரது ஆசியுடன்தான் தனது வாழ்க்கையை நகர்த்துவார். எந்தவொரு முடிவையும் எடுப்பார்.

பெரியவாளின் அனுக்கிரகத்தோடு இவருக்குத் திருமணம் நடந்தது. இல்லற வாழ்வும் இன்பமாகவே கழிந்தது.

சில நாட்கள் கழிந்ததும் அவரது மனைவிக்கு ஏதோ உடல் நலக் கோளாறு ஏற்பட்டது.

டாக்டரிடம் காண்பித்து மருந்து மாத்திரைகள் வாங்கிக் கொடுத்தும் குணமாகவில்லை.

கடைசியில் ஏதேதோ பரிசோதனைகள் செய்யப்பட்டது. அப்புறம்தான் ரமணனின் மனைவிக்கு கர்ப்பப்பையில் நான்கைந்து கட்டிகள் இருப்பது தெரியவந்தது. அறுவை சிகிச்சை மூலம்தான் அதனைக் குணப்படுத்த முடியும் என்று டாக்டர் திட்டவட்டமாக கூறிவிட்டார்.

அதிலும், அறுவை சிகிச்சை செய்தாலும் உறுதியாக எதுவும் சொல்ல முடியாது என்று டாக்டர் கூறினார்.

எனவே குழம்பிப்போய் விட்டார் ரமணன். மேலும் கர்ப்பப் பையில் கோளாறு என்றால் அது வம்ச விருத்திக்கே ஆபத்தாகி விடும் என்றும் பயந்தார்.

அறுவை சிகிச்சைக்கு ஒத்துக்கொள்வதா, வேண்டாமா என்ற கேள்வி அவர் மனதில் தோன்றியது.

பெரியவாளிடம் கேட்காமல் எந்த முடிவையும் அவர் இதுவரை எடுத்ததே கிடையாதே!

மனைவியையும் அழைத்துக் கொண்டு சங்கர மடத்திற்குப் போய் பரமாச்சாரியாரை நமஸ்கரித்து நடந்தவற்றைக் கூறினார்.

அப்போது பெரியவா, “சத்திர சிகிச்சை எல்லாம் வேண்டாம். வேறு மாத்து முறையில் மருத்துவம் பார்த்துக்கோ” என்று சொல்லி ஆசிர்வதித்து குங்குமத்தைப் பிரசாதமாகக் கொடுத்து அனுப்பி னார்.

ஆக, அல்லோபதி டாக்டர் வேண்டாம் என்று முடிவு செய்து, தனது மனைவியை ஒரு ஹோமியோபதி டாக்டரிடம் அழைத்துச் சென்றார் ரமணன்.

அந்த டாக்டரும் தீவிர பெரியவா பக்தர். எனவே பெரிய வாளைப் போய்ப் பார்த்து தரிசனம் செய்துவிட்டு சிகிச்சையைத் தொடங்கலாம் என்று நினைத்தார்.

மறுநாள் டாக்டரும், ரமணனும் காஞ்சிபுரத்திற்குச் சென்று பரமாச்சாரியாரைத் தரிசித்தனர்.

“இவரோட ஆத்துக்காரிக்கு என்னமாதிரி சிகிச்சை பண்ணப் போறே?” என்று ஹோமியோ டாக்டரிடம் விவரமாகக் கேட்டுத் தெரிந்து கொண்டார் காஞ்சி மகான்.

அப்படியே செய்யுமாறு கூறியதும் அவர்கள் இருவரும் நமஸ்கரித்துவிட்டுத் திரும்பினார்கள்.

அன்றைய வழக்கப்படி பக்தர்களுக்குத் தரிசனம் அருளிய பிறகு அவர் தொட்டி ஸ்நானம் செய்வது வழக்கம் என்ற விவரம் ரமணனுக்குத் தெரிந்தது.

உடனே அங்கிருந்த ஊழியர் ஒருவரிடம் காலி பாட்டில் ஒன்றைக் கொடுத்து அதில் 'தீர்த்த'த்தை நிரப்பித் தருமாறு கேட்டுக் கொண்டார் ரமணன். அப்படியே அந்த ஊழியரும் செய்தார்.

பின்னர் சில மாதங்களுக்கு ரமணன் மனைவிக்கு ஹோமியோ டாக்டர் வைத்தியம் பார்த்தார். அந்த சிகிச்சை எந்த அளவிற்குப் பலனளித்துள்ளது என்பதைத் தெரிந்து கொள்வதற்காக சில பரிசோதனைகள் செய்ய வேண்டும் என்றார் ஹோமியோ டாக்டர்.

நேராகத் தனது மனைவியையும் அழைத்துக் கொண்டு காஞ்சிபுரத்திற்கு வந்தார் ரமணன். பெரியவாளிடம் இந்தப் பரி சோதனை செய்ய வேண்டியதைப் பற்றிக் கூறி அவரது உத்தரவை வேண்டினார்.

தன் கையில் இருந்த மாதுளம் பழத்தை ரமணனின் மனைவியிடம் கொடுத்த காஞ்சி மகான், "இதை எடுத்துண்டு போய் நாளைக்குக் கார்த்தாலே இதைப் பிழிஞ்சி அதன் ரசத்தைக் குடிச்சுட்டு அப்புறமா டாக்டரிடம் போ" என்றார்.

அப்படியே மாதுளை ரசத்தைப் பருகிவிட்டு ஏற்கெனவே சிகிச்சை பெற்ற அல்லோபதி டாக்டரின் மருத்துவமனைக்கு மனைவியை அழைத்துச் சென்றார் ரமணன்

பரிசோதனை செய்த டாக்டர் அதன் ரிசல்ட்டைப் பார்த்து விட்டு அதிசயித்துப் போனார்.

கர்ப்பப் பையில் இருந்த கற்கள் காணாமல் போய் ரொம்ப சுத்தமாக இருந்தது.

எப்படி இந்த அற்புதம் நிகழ்ந்தது?

"கட்டி எல்லாம் கரைஞ்சு போய் ரொம்ப க்ளீனா இருக்கே. எங்க போயி ட்ரீட்மெண்ட் எடுத்தீங்க?" என்று வியப்பு அடங்காமல் கேட்டார் டாக்டர்.

பெரியவா கிருபையால்தான் இந்த அற்புதம் நிகழ்ந்துள்ளது என்பதை சட்டென்று புரிந்து கொண்டார் ரமணன். மனதிற்குள் மகானுக்கு நன்றி தெரிவித்துக் கொண்டார்.

சந்தோஷ மிகுதியால் அவர் கண்கள் கண்ணீரை அருவியாய் கொட்டியது.

மாதுளை ரசம் மட்டுமல்லாமல் இந்த அற்புத நிகழ்வுக்கு மற்றொரு காரணமும் உண்டு.

அதாவது காஞ்சி மடத்து ஊழியர் மூலமாக காலி பாட்டிலில் இவர் வாங்கி வந்த தீர்த்தம் என்ன தெரியுமா?

காஞ்சிப் பெரியவா ஸ்நானம் செய்தபோது தொட்டியில் இருந்து வழிந்த ஜலம்தான் அந்தத் தீர்த்தம். அதை தினமும் மாத்திரை போட்டுக் கொள்ளும்போது குடிக்கும் தண்ணீரில் அந்த தீர்த்தத்தையும் சிறிது கலந்து கொடுத்தார் தனது மனைவிக்கு.

மருத்துவம்

நடுத்தர வயதுப் பையன் அவன். மனநிலை சரியில்லை. அவனுக்கு எவ்வளவோ வைத்தியம் பார்த்தாகிவிட்டது. மருந்து கொடுத்தும், மந்திரம் ஜெபித்தும் குணம் கிடைக்கவே இல்லை.

நாளுக்கு நாள் பைத்தியம் அதிகமாகிக் கொண்டேதான் இருந்தது. ஒரே கூச்சல். ஆட்டம், பாட்டம் என்று ரகளையின் உச்சத்தில் இருந்தான் அந்தப் பையன்.

அவனை யாராலும் அடக்க முடியவில்லை. வீட்டில் மட்டுமல்லாமல் அக்கம் பக்கத்தில் உள்ளவர்களுக்கும் அவனது ரகளைப் பொறுத்துக் கொள்ள முடியவில்லை.

இதனிடையே அவனது வாயில் எப்போதும் எச்சில் வேறு வழிந்து கொண்டே இருந்தது.

கடைசியில் அவனது தாயார் காஞ்சிப் பெரியவரிடம் அந்தப் பைத்தியத்தை அழைத்து வந்தாள்.

அச்சிறுவனைப் பார்த்த பரமாச்சாரியார், “நாக்கில் எச்சில் வந்தால் சரஸ்வதி என்பார்கள். கவலைப்பட வேண்டாம்” என்று நம்பிக்கை அருளிய அவர் சில வைத்திய முறைகளையும் கூறினார்.

“பிராம்மி க்ருதம்னு ஒரு மருந்து. இருக்கு. கேரளாவில் கிடைக்கும். வல்லாரை நெய் ஒரு பாட்டில் வாங்கிக்கோ. அதை வெச்சி லட்சம் ஆவ்ருத்தி பஞ்சாக்ஷர ஜெபம் செய்து பையனுக்குக் கொடு. பிறகு ரெண்டு மூணு வேப்பங்கொட்டையை எடுத்து நல்லா நசுக்கி தேனில் குழைத்து தினமும் இவன் நாக்கில் தடவணும். எல்லாம் சரியாப் போகும்” என்று தைரியம் கூறினார்.

பெரியவாளை நன்றியுடன் நமஸ்காரம் செய்து தனது பையனை அழைத்துக் கொண்டு அங்கிருந்து வெளியேறினாள் அந்தத் தாய்.

சரியாக இரண்டு மாதங்கள் கழிந்தன. அந்தப் பையனை அழைத்துக் கொண்டு திரும்பவும் மடத்திற்கு வந்தாள் அந்த அன்னை.

பையனிடம் இப்போது நல்ல முன்னேற்றம் தெரிந்தது. படு சமர்த்தாக சேட்டை எதுவும் செய்யாமல் காணப்பட்டான். கொஞ் சம் மக்கு மாதிரி மலங்க மலங்க பார்த்துக் கொண்டிருந்தானே தவிர, வேறு தொந்தரவுகள் எதுவும் இல்லை.

"இப்போ எவ்வளவோ தேவலை. கொஞ்சம் கொஞ்சம் படிக்க ஆரம்பிச்சிருக்கான்" என்று சந்தோஷத்துடன் கூறினாள் தாயார்.

பெரியவா அவர்களை ஆசீர்வதித்தார்.

பரிவட்டம்

அன்று திரு மடத்திற்கு வந்திருந்தவர்களில் ஒரு ஏழைத் தம்பதியரும் இருந்தனர். அந்தப் பெண்ணின் கழுத்தில் மஞ்சள் சரடுதான் தொங்கிக் கொண்டிருந்தது. அவர்களின் தோற்றமே அவர்களது ஏழ்மையை வெளிச்சமிட்டுக் காட்டியது.

"வரிசையாகப் பக்தர்கள் பெரியவாளிடம் ஆசி பெற்றுச் சென்று கொண்டிருந்தபோது அந்த ஏழைத் தம்பதியரின் முறை வந்தது.

"எங்க பெண்ணுக்குக் கல்யாணம் நிச்சயமாயிருக்கு. ரொம்ப கஷ்டம். பெரியவா ஏதாச்சும் உதவி செய்யணும்" என்று அந்தத் தம்பதியர் வேண்டினர்.

உண்மையிலேயே ஏழைகள்தான்.

உதவி செய்வதற்குத் தகுதியானவர்கள்தான்.

"நானோ சந்நியாசி. ஒரு பைசாவைக்கூடக் கையால் தொட்டதில்லை. இப்படிப்பட்ட என்னிடம் போய் பண உதவி கேட்கிறீங்களே..." என்றார் அவர்களிடம்.

ஆனால் அவர்களுக்கு எப்படி உதவுவது என்கிற திட்டம் ஒன்று அவருக்குள் உருவாகிக் கொண்டிருந்தது.

காஞ்சி காமாட்சி அம்மன் கோயில் தலைமை குருக்கள் கோயில் பிரசாதத்தைக் கொண்டு வந்தார்.

பரமாச்சாரியாரை வணங்கிய அவர் பரிவட்டம் கட்டினார். பின்னர் குங்குமப் பிரசாதத்தைச் சமர்ப்பித்தார்.

பெரியவா அந்தப் பரிவட்டத்தைக் கழற்றினார். தன் முன்பாக நின்றிருந்த அந்த ஏழைத் தம்பதியரைச் சுட்டிக்காட்டி, "இதை அவருக்குக் கட்டு" என்றார்.

குருக்கள் உட்பட எல்லோருக்கும் ஒன்றும் புரியவில்லை. என்ன செய்வது என்று தெரியாமல் குழம்பித் தவித்தார்கள்.

பெரியவாளோ, "தயங்காதே. போ, போய்க் கட்டு" என்று மீண்டும் கண்டிப்பான குரலில் உத்தரவிட்டார். உடனே குருக்கள் அவர் அருகே சென்று பரிவட்டத்தைக் கட்டினார்.

உதவி கேட்டு வந்தவருக்கு உச்சந்தலையில் கிரீடம் வைத்தது போல ஒரு நம்பமுடியாத நிகழ்வு.

குங்குமப் பிரசாதத்தையும் அவரிடமே கொடுத்தார்.

இதுபோன்ற ஒரு தருணத்தில் ஒரு மார்வாடிக் கூட்டம் வடமாநிலத்தில் இருந்து வாடகை வாகனத்தில் காஞ்சி மடத்தில் வந்து இறங்கினர். அவர்கள் அனைவரும் திமுதிமுவென்று உள்ளே நுழைந்தனர்.

தலையில் பரிவட்டம், கையில் குங்குமத்துடன் இருந்தவரைப் பார்த்ததும் அவர்தான் காஞ்சிப் பெரியவர் என்று நினைத்து விட்டனர்.

அவர்கள் ஒவ்வொருவராக சாஷ்டாங்கமாக விழுந்து நமஸ்காரம் செய்தனர். அத்துடன் அவரிடம் பிரசாதத்தையும் ரொம்ப பவ்யமாகப் பெற்றுக் கொண்டனர். மட்டுமல்லாமல் இருநூறு, முன்னூறு ரூபாய் என்று அவருக்குக் காணிக்கையும் செலுத்தினர்.

இவை அனைத்தையும் அங்கிருந்த அனைவரும் பிரமிப்பாய் பார்த்துக் கொண்டிருக்க பெரியவா எழுந்து வந்து அவர்களிடம் விளக்கமாகப் பேசினார். அப்புறம் அனைவரையும் மனதார ஆசிர்வதித்து பிரசாதமாக அவர்களுக்குப் பழங்களையும் கொடுத்து அனுப்பினார்.

அதாவது பணத்தைக் கையால் தொடாத துறவி என்பதை மீண்டுமொருமுறை நிரூபித்த பரமாச்சாரியார், கல்யாணத்திற்கு வேண்டிய பணம் அவர்களுக்குக் கிடைக்கும்படிச் செய்து கொடுத்தார்.

குலதெய்வம்

குலதெய்வ வழிபாடு மிக முக்கியம் என்பதை வலியுறுத்தி உள்ளார் காஞ்சி மகான்.

நடந்த சம்பவம் ஒன்றின் மூலம் இதனை நாம் தெளிவாகவே உணர்ந்து கொள்ளலாம்.

ஒருமுறை ஒரு கிராமத்தில் பெரியவா முகாமிட்டிருந்தார். அப்போது அவரைத் தரிசித்த விவசாயி ஒருவர், "ஒரு மனுசனுக்கு வாழ்க்கையில் போராட்டம் இருக்கும். ஆனா வாழ்க்கையே போராட்டமாக இருந்தா என்ன செய்ய முடியும். ரொம்ப கஷ்டமா இருக்கு. போராட முடியல. சக்தியும் இல்லை. குடும்பத்தோட தற்கொலை செஞ்சுக்கலாம்னு தோணுது" என்று வெறுப்போடும் துயரத்தோடும் பேசினார்.

அதனைக் கேட்ட பெரியவா, "குலதெய்வத்துக்கு ஒழுங்கா பூஜை செய்றியா?" என்று கேட்டார்.

அந்த விவசாயிக்கு குலதெய்வம் என்றால் என்னவென்றே தெரியவில்லை. விழித்தார்.

"உன் குலதெய்வம் எதுவென்றே உனக்குத் தெரியதா" என்று கேட்டார் பரமாச்சாரியார்.

"தெரியாது சாமி. எங்க முன்னோர்கள் எல்லாம் பர்மாவில் இருந்தாங்க. சொந்த ஊருக்குத் திரும்ப அழைச்சிட்டு வந்த எங்க தாத்தாவுக்கு கடவுள் நம்பிக்கை இல்லை. அதனால் எங்க யாருக்கும் குலதெய்வத்தைப் பற்றி தெரியாமப் போச்சு" என்றார்.

"உன்னுடைய முன்னோர்கள் யாராவது இப்ப இருக்கிறாங் களா?" என்று கேட்டார் பரமாச்சாரியார்.

"என் அப்பா வழி தாத்தா ஒரேயொருவர் மட்டும் இருக்கார்"

"அவரிடம் போய் உங்க குலதெய்வத்தைப் பற்றிக் கேட்டுண்டு வா" என்றார்.

"அந்த சாமி எதுன்னு தெரிஞ்சு கும்பிட்டா என்னோட கஷ்டம் தீர்ந்திடுமா?" என்று அப்பாவித்தனமாகக் கேட்டார் அந்த ஏழை விவசாயி.

"அப்படியே வெச்சுக்கோ" என்றார் பெரியவா.

"எங்க ஊர்ல இன்னும் நிறைய சாமி இருக்கு. அப்படின்னா அதுக்கெல்லாம் சக்தி இல்லையா?"

"அப்படியெல்லாம் கிடையாது. நீ காரணமெல்லாம் கேட்காம குலதெய்வத்தைத் தேடிப்போய் சாஷ்டாங்கமா உடம்பு தரையில் படற மாதிரி நமஸ்காரம் பண்ணிண்டு வா. அப்புறமா உனக்கு நான் விளக்கமா சொல்றேன்" என்று அவரை அனுப்பி வைத்தார் பெரியவா.

இரண்டு வாரம் கழித்து அந்த விவசாயி மீண்டும் வந்தார். "எங்க குல தெய்வம் பேரு பேச்சாயி. மலை அடிவாரத்துல இடிஞ்சு போய் கிடந்துச்சு. நான் குடும்பத்தோட போயி புதரை எல்லாம் வெட்டி சுத்தப்படுத்திப் பார்த்தோம். ஒரு நடு கல்தான் இருந்திச்சி. அதான் பேச்சாயின்னு சொன்னாங்க. அதுக்கு அபிஷேகம் பண்ணி கற்பூரம் ஏத்தி வழிபட்டுட்டு நேரா இங்கே வர்ரேன்" என்றார்.

"பேஷ். தினமும் அங்க போய் விளக்கேத்து. உன் கஷ்டங்கள் எல்லாம் தானாவே நீங்கிடும்" என்றார் பரமாச்சாரியார்.

"வேற ஏதோ விளக்கம் சொல்றதா சொன்னீங்களே சாமி..." என்றார் அந்த விவசாயி.

"அடுத்த வருஷம் இதே தேதிக்கு வா. அப்ப சொல்றேன்" என்றார்.

அதேபோல ஒரு வருடம் கழித்து அந்த விவசாயி மீண்டும் மகானைப் பார்க்க வந்தார். இப்போது அவர் தோற்றத்தில் நிறைய செழுமை தெரிந்தது.

ஒரு தட்டு நிறைய பூ, பழம் எல்லாம் வைத்து அத்துடன் கொஞ்சம் பணமும் வைத்து நமஸ்காரம் செய்தார்.

"பேச்சாயி புண்ணியத்துல இப்ப நல்லாருக்கேன் சாமி. அந்த விளக்கத்தை மட்டும் நீங்க சொன்னா நல்லாயிருக்கும்" என்றார்.

பெரியவா சொன்ன விளக்கம் குலதெய்வத்தைப் பற்றியது. இது அந்த விவசாயிக்கு மட்டும் கிடையாது. அனைவருமே தெரிந்து கொள்ள வேண்டிய சமாச்சாரம்.

"நம் முன்னோர்கள் வணங்கி வந்த தெய்வம்தான் குலதெய்வம். முன்னோர்கள் என்றால், நமக்கு முன்பிறந்த எல்லோருமே முன்னோர்கள்தான். அதாவது, நாம் நம் தந்தைவழி பாட்டன் பாட்டிமார்களைக் கணக்கில் எடுத்துக் கொள்ள வேண்டும்.

இந்தத் தந்தைவழி பாட்டன்மார் வரிசையில், மிகப்பெரிய ஒழுங்கு ஒன்றிருப்பதை கூர்ந்து கவனித்தால் உணரலாம். அதுதான் 'கோத்திரம்' எனும் ஒரு ரிஷியின் வழிவழிப் பாதை.

பிற கோத்திரத்தில் இருந்து பெண்கள் வந்து இந்த பரம்பரைப் பாதையில் நம் தாத்தாக்களின் வாழ்க்கைத் துணையாகக் கை பிடித்திருப்பார்கள். எக்காரணம் கொண்டும் ஒரே கோத்திரத்தில் பெண் சம்பந்தம் ஏற்பட்டிருக்காது.

இதனால், ரிஷி பரம்பரையானது சங்கிலிக் கண்ணி போல அறுபடாமல், ஒரே சகோதரத்துவத்தோடு வந்த வண்ணம் இருக்கும்.

இது ஒரு முக்கியமான ஒழுங்கு சார்ந்த விஷயமாகும்.

அடுத்து, இவர்கள் அவ்வளவு பேருக்குமே நட்சத்திரம் வேறாகவும், உடலமைப்பு வேறாகவும், குணங்கள் வேறாகவும் இருக்கும். அதுதான் இயற்கையும்கூட!

ஆனால், கோத்திர வழி மாறாதபடி இவர்கள் நம் குலதெய்வம் எனும் தெய்வ சன்னிதியில் கைகூப்பி நின்றிருப்பார்கள்.

தலைமுடி கொடுப்பது, காது குத்துவது போன்ற வழிவழிச் செயல்பாடுகள் நடந்தும் இருக்கும்.

இந்த உலகத்தில் ஆயிரம் கோயில்கள் இருக்கின்றன. அந்தக் கோயில்களுக்கு அவர்கள் போயிருக்கலாம்; போகாமலும் இருக்கலாம். அதற்கு உத்தரவாதமில்லை.

ஆனால், குலதெய்வக் கோயிலுக்கு, நாம் பக்தி என்கிற ஒன்றை அறிவதற்கு முன்பே, நம் தாய் தந்தையரால் அழைத்துச் செல்லப்பட்டு, வணங்க வைக்கவும் படுகிறோம்.

இதன்படி பார்த்தால், குலதெய்வ சந்நிதியில் சென்று நாம் நிற்கும்போது, நம் பரம்பரை வரிசையில் போய் நிற்கிறோம். இந்த வரிசைத் தொடர்பை வேறு எங்காவது, எந்த விதத்திலாவது உருவாக்க முடியுமா?"

அது மட்டுமல்ல. ஒரு மனிதனின் பிறப்புக்குப் பின்னே இப்படியொரு பரம்பரை வரிசை இருப்பதை நினைக்கக்கூட தெரியாமல், அதிகபட்சம் இரு பாட்டன் பாட்டி பேருக்கு மேல் தெரியாமல் அல்லவா நம் வாழ்க்கைப் போக்கு உள்ளது?

ஒரு குடும்பத்தைப் பொறுத்தவரையில் அந்த இறைசக்தி குலதெய்வமாக, அவர்களுக்கான ஒரு பெயரில் வெளிப்படுகிற அளவிற்கு. உருவாக்கப்பட்டது.

அதுவும் யாரால்?

நம் முன்னோர்களால்!

அவர்கள் யார்?

நம்முடைய தொடக்கங்கள்.

நாம் யார்?

அந்தத் தொடக்கத்தின் தொடர்ச்சி!

மொத்தத்தில், நாம் வேறு அவர்கள் வேறு இல்லை.

இந்த வழிவழிப் போக்கில் ஒருவர் மூட்டை மூட்டையாகப் புண்ணியத்தைக் கட்டியிருக்கலாம். இன்னொருவர் பாவமேகூட பண்ணியிருக்கலாம்.

நாம் அங்கே போய் நின்று நம் பொருட்டு பிரத்யேகமாக வெளிப்படும் அந்த இறைசக்தியைத் தொழும்போது, அவர்களும் பித்ருக்களாக விண்ணில் இருந்து பார்க்கிறார்கள். நாமும் ஆசீர்வதிக்கப்படுகிறோம்."

குலதெய்வம் என்பது பற்றியது எத்தனை பிரமிக்கத்தக்கது, போற்றத்தக்கது, வணங்கத்தக்கது என்பதை தெளிந்த தூரப் பார்வையோடு, புரிகிற விதமாக விளக்கினார் காஞ்சிப் பெரியவா.

இதைக் கேட்ட அந்த விவசாயி சிலிர்த்துப் போனார்.

அவர் மட்டுமல்ல அங்கு கூடியிருந்த பக்தர்களும்தான்.

நகைச்சுவை

பரமாச்சாரியர் எந்தவொரு அரிய கருத்தையும் சுவையோடு சுருக்கமாகவும் விளக்கமாகவும் விவரிக்கும் தன்மை உடையவர். அதேபோல நகைச்சுவை உணர்வும், கிண்டலுடன் பதிலளிப்பதும் அவருக்கு மிக அதிகம் பிடிக்கும்.

ஒருமுறை பக்தர் ஒருவர் அடிக்கொரு தரம் 'பெரியவா... பெரியவா...' என்று கூறிக்கொண்டே இருந்தார்.

இதைக்கேட்ட காஞ்சி மகான், "ஆமாம் எனக்கு பெரிய வாய்தான்" என்று கிண்டலாகவும், நகைச்சுவையோடும் கூறினார்.

இதைக்கேட்டு அனைவரும் வாய்விட்டுச் சிரித்தனர்.

பிரார்த்தனை

ஒருமுறை ஒரு வயதான பெண்மணி பெரியவாளிடம், "ரொம்ப நேரம் பிரார்த்தனை பண்ணனும்ணு நினைச்சு உட்கார்ந்தாலும் மனசு அதில் அடங்காமல் அலைபாயுது. ஒரு

கட்டுப்பாட்டுக்குள் நிக்கவே மாட்டேங்கறது. இதுக்கு ஒரு நல்ல வழி சொல்லுங்கோ" என்றாள்.

அதற்கு பெரியவா, "பெரிய பெரிய ஸ்தோத்திரம், பெரிய பெரிய பஜனையெல்லாம் அவசியம் கிடையாது. தினமும் ஒரு பத்து நிமிஷம் உங்களால ஒதுக்க முடியுமா?" என்று கேட்டார் பரமாச்சாரியார்.

"முடியும் பெரியவா" என்றாள் அந்த முதிய பெண்மணி.

"அதாவது காலையில் ஒரு அஞ்சு நிமிஷம் நல்லா கண்ணை மூடிண்டு 'ராமா... ராமா...' என்று சொல்லுங்கோ. அப்புறமாக சாயங்காலம் 'ஓம் நமசிவாய... ஓம் நமசிவாய' என்று சொல்லுங்கோ. இதுவே போதும். அத்தோட உங்க வீட்டு ஜன்னல் பக்கமா நின்னுண்டு அது வழியாத் தெரியற சூரியனைப் பார்த்து பிரார்த்தனை செய்யுங்கோ. இது போதும்" என்றார் பரமாச்சாரியார்.

*

www.ingramcontent.com/pod-product-compliance
Lightning Source LLC
LaVergne TN
LVHW100556051026
849519LV00003B/987

* 9 7 8 9 3 8 7 6 5 5 1 4 0 *